ரெயினீஸ் ஐயர் தெரு

ரெயினீஸ் ஐயர் தெரு

வண்ணநிலவன் (பி. 1949)

1949 டிசம்பர் 15 அன்று திருநெல்வேலியில் பிறந்தார். தந்தை உலகநாதன், தாய் ராமலட்சுமி. வண்ணநிலவனின் இயற்பெயர் ராமச்சந்திரன். *கண்ணதாசன், கணையாழி, அன்னைநாடு, புதுவை குரல், துக்ளக், சுபமங்களா* ஆகிய பத்திரிகைகளில் பணியாற்றியுள்ளார். குறிப்பிடத்தக்க மொழிபெயர்ப்புகளுடன் ஐம்பதுக்கும் மேற்பட்ட கவிதைகள், நூற்றைம்பதுக்கும் மேற்பட்ட சிறுகதைகள், ஏழு நாவல்கள், முந்நூற்றுக்கும் மேல் கட்டுரைகள் என எழுதியுள்ளார்.

'கடல்புரத்தில்' நாவலுக்காக இலக்கியச் சிந்தனை விருது, 'தர்மம்' சிறுகதைத் தொகுப்புக்காகத் தமிழக அரசு விருது ஆகியவற்றுடன் புதுதில்லி ராமகிருஷ்ண ஜெய் தயாள் மனிதநேய விருது, 'சாரல்' இலக்கிய விருது, எஸ்.ஆர்.வி. தமிழ் இலக்கிய விருது, வாலி விருது, 'விஜயா' வாசகர் வட்டத்தின் ஜெயகாந்தன் விருது, உலகத் தமிழ்ப் பண்பாட்டு மைய விருது, கோவை கொடீஸியா வாழ்நாள் சாதனையாளர் விருது, அமெரிக்கா வாழ்தமிழர்கள் வழங்கும் புதுமைப்பித்தன் நினைவு விளக்கு விருது ஆகியவற்றைப் பெற்றுள்ளார். 'அவள் அப்படித்தான்' திரைப்பட வசனகர்த்தாக்களுள் ஒருவர். 'கடல்புரத்தில்' தூர்தர்ஷனில் பதின்மூன்று வாரத் தொடராக ஒளிபரப்பானது. வண்ணநிலவனின் மனைவி பெயர் சுப்புலட்சுமி. இவர்களுக்கு இரண்டு மகள்களும் ஒரு மகனும் உள்ளனர். தற்போது சென்னையில் வசித்துவருகிறார்.

வண்ணநிலவன்

ரெயினீஸ் ஐயர் தெரு

காலச்சுவடு பதிப்பகம்

அன்பார்ந்த வாசகருக்கு,

வணக்கம்.

காலச்சுவடு நூலை வாங்கியமைக்கு நன்றி.

நூலின் உள்ளடக்கம், உருவாக்கம், அட்டைப்படம் இன்ன பிற அம்சங்கள் பற்றிய உங்கள் கருத்துகளையும் ஆலோசனைகளையும் காலச்சுவடு வரவேற்கிறது. தகவல், எழுத்து, வாக்கியப் பிழைகள் தென்பட்டால் அவசியம் தெரிவித்து உதவுங்கள். நூல் தயாரிப்பில் கடும் குறைபாடு இருப்பின் மாற்றுப் பிரதி உங்களுக்குக் கிடைக்கக் காலச்சுவடு ஏற்பாடு செய்யும்.

மின்னஞ்சல்: publisher@kalachuvadu.com

காலச்சுவடு நாகர்கோவில் அலுவலகத்திற்குக் கடிதம் அனுப்பலாம்.

தங்கள்
எஸ்.ஆர். சுந்தரம் (கண்ணன்)
பதிப்பாளர் – நிர்வாக இயக்குநர்

ரெயினீஸ் ஐயர் தெரு ◆ நாவல் ◆ ஆசிரியர்: வண்ணநிலவன் ◆ ©ராமச்சந்திரன் ◆ முதல் பதிப்பு: பிப்ரவரி 1981 ◆ காலச்சுவடு முதல் பதிப்பு: டிசம்பர் 2021, எட்டாம் பதிப்பு: மே 2025 ◆ வெளியீடு: காலச்சுவடு பப்ளிகேஷன்ஸ் (பி) லிட்., 669, கே.பி. சாலை, நாகர்கோவில் 629001

reyiniis aiyar teru ◆ Novel ◆ Author: Vannanilavan ◆ © Ramachandran ◆ Language: Tamil ◆ First Edition: February 1981 ◆ Kalachuvadu First Edition: December 2021, Eighth Edition: May 2025 ◆ Size: Demy 1 x 8 ◆ Paper: 18.6 kg maplitho ◆ Pages: 88

Published by Kalachuvadu Publications Pvt. Ltd., 669 K.P. Road, Nagercoil 629001, India ◆ Phone: 91-4652-278525 ◆ e-mail: publications @kalachuvadu.com ◆ Printed at Mani Offset, Chennai 600077

ISBN: 978-93-5523-067-6

05/2025/S.No. 1044, kcp 5761, 18.6 (8) uuss

இலக்கியத்தை அறிமுகப்படுத்திய
என் நண்பர்கள்
கல்யாணிக்கும் (வண்ணதாசன்)
நம்பிராஜனுக்கும் . . .

முன்னுரை

புதுமணல் . . .

ரெயினீஸ் ஐயர் தெருவில் பெய்யும் மழை பழைய மண்ணை அடித்துக்கொண்டுபோய்ப் புதுமணலை அள்ளிவந்து போடுகிறது. பழைய மனிதர்கள் வசிக்கும் அந்தத் தெருவில் புதிதாக யார் வந்தாலும் புது மணலை வரவேற்கிற உற்சாகத்தோடு வரவேற்கப்படுகிறார்கள். அதற்காகப் பழைய மனிதர்கள் ஒருவரையொருவர் வெறுக்கிறார்கள் என்று சொல்வதற்கில்லை. அவர்களுக்குள்ளும் எல்லா மனிதர்களுக்குமிடையே இருக்கும் பிரியமும் காதலும் கோபமும் வெறுப்பும் கசப்பும் இணக்கமும் இருக்கத்தான் செய்கின்றன. தன்னந் தனியாக அந்தத் தெருவில் இரைபொறுக்கிக் கொண்டிருக்கும் கோழிக்குஞ்சுகளைப் பார்த்து இரக்கப்படும் டாரதி அங்குதான் இருக்கிறாள். தினமும் பைபிள் வாசிக்கிற, காலை மாலை ஜெபங்களைத் தவறாமல் செய்கிற டெய்ஸி பெரியம்மாவும், ‘இந்தக் கேடுகெட்ட முண்டை என் சொத்தப் பூரா எடுத்துக்கிட்டு இப்படி என்னைக் கீழே தள்ளிட்டாளே. இவள அந்தக் கர்த்தர்தான் கேக்கணும்’ என்று அவளைக் கரித்துக்கொட்டுகிற தாத்தாவும் அங்குதான் இருக்கிறார்கள். பன்னிரண்டு வருடங்களாகத் தொண்டைப் புகைச்சலால் அவதிப்பட்டுவரும் கணவன் சேஷய்யாவின் கன்னத்தைப் பிடித்துத் தாங்கி, ‘என் அதிகாரி ஓங்கள நான் சாவ விட மாட்டேன்’ என்று சொல்லி, அவனுடனேயே கட்டிலில் கிடந்து ‘பண்டுவம்’ பார்க்கும் இருதயத்து டீச்சர் வசிப்பதும் ரெயினீஸ் ஐயர் தெருவில்தான். பெரிய சேவலுடைய இறகு,

சின்னக் குஞ்சுகளுடைய இறகு, நன்கு விளைந்த கோழிகளுடைய இறகு என எல்லா கோழி இறகுகளையும் ரகவாரியாகப் பிரித்துக் கட்டிவைத்து அதிலிருந்து ஓர் இறகைப் பிடுங்கிச் சொகுசாகக் காது குடையும் இடிந்தகரையாள் தன் மருமகள் இருதயத்துடன் அதே தெருவில்தான் இருக்கிறாள். தெருநாயி லிருந்து எல்லாராலும் வெறுக்கப்படுகிறவனாக (எபனைத் தவிர) வார இறுதியில் தங்கள் தெருவுக்கு வரும் கல்யாணி அண்ணனை ஓடோடிச் சென்று வரவேற்கிறவனாக, தெருவில் நல்லது கெட்டதற்கு (குறிப்பாகக் கெட்டதற்கு) அவனாகவே போய் நின்று ஆக வேண்டிய காரியங்களைச் செய்பவனான, முழுநேரக் குடிநோயாளியாகிப் போன தியோடரும் ரெயினீஸ் ஐயர் தெருவாசிதான். சமயம் கிடைக்கும்போதெல்லாம் தனது எதிர்வீட்டைப் பற்றிப் புறம் பேசிவரும் அன்னமேரி டீச்சரும், தன் மகன் வயதையொத்த தன்னை அன்னமேரி டீச்சர் வெறுப்பது தெரிந்தும் அவள் உடல்பால் தனக்கிருக்கும் ஈர்ப்பை மறைக்கத் தெரியாத, மறைக்க விரும்பாத சாம்ஸனும் ரெயினீஸ் ஐயர் தெருவில்தான் வசிக்கிறார்கள்.

மழையில் இடிந்துவிழுந்துவிட்ட தங்கள் வீட்டு அடுப்படிச் சுவருக்கு மத்தியில் அதைப் பொருட்படுத்தாத வயதான தம்பதியர் ஆசீர்வாதம் பிள்ளையும் ரெபேக்காளும் ரெயினீஸ் ஐயர் தெருவின் நான்காவது வீட்டைச் சேர்ந்தவர்கள். தன் தாத்தா பாட்டி சாயலில்லாமல் பிறந்து, ஒரு தேவதைபோல அத்தனைபேரிடமும் அன்பைப் பொழிந்து பன்னிரண்டு வயதிலேயே மரித்துப் போன ஆசீர்வாதம் பிள்ளை – ரெபேக்கா தம்பதியரின் பேத்தி அலீஸ் பிறந்து, வளர்ந்து, இறந்துபோனது ரெயினீஸ் ஐயர் தெருவில்தான். வயதுக்கு வந்தவுடன் அதுநாள் வரைக்கும் நேசித்துவந்த அப்பாவையும் அண்ணனையும் ஏன் அம்மாவையும்கூட வெறுக்கத் தொடங்குகிற ஜீனோ ரெயினீஸ் ஐயர் தெருவின் முதல் வீட்டுக்காரி. மோரீஸ் எய்ட் கார் வைத்திருந்து ஒரு காலத்தில் போட்ஸாக வாழ்ந்து இப்போது யாருமில்லாத வீடாக மாறிப்போன ஜாஸ்லின் பிள்ளையின் வீடு ரெயினீஸ் ஐயர் தெருவின் ஆரம்பத்தில் இருக்கிறது. ஆறு வீடுகள். அவற்றில் வசிக்கும் சொற்ப மனிதர்கள். அவர்களுக்குள்ளான உறவு, உண்ணும் உணவு, நுகரும் வாசனை, அனுபவிக்கும் வெப்பம், மழையின் குளிர்ச்சி, அடக்க முடியாத காமம், வெளிப்படையாகக் காண்பிக்கும் வெறுப்பு, சொல்ல இயலாத விரக்தி என எல்லா உணர்வுகளையும் வாசிப்பவருக்குக் கடத்துகிற சவாலான எழுத்துக்காரியம் இந்த நாவலில் சாதாரணமாக நடந்தேறியிருக்கிறது.

மனிதர்கள் மட்டும் இந்த நாவலில் காட்டப்படவில்லை, தயை மிகுந்த சுவர்களும் காட்டப்படுகின்றன. சுவர்கள் எப்போது விழுந்தாலும் உட்புறமாய் இடிந்து விழுவதில்லை. உள்ளே விழுந்துவிடுகிறதாக இருந்தால் உயிர்களும் பொருள்களும் நஷ்டப்பட்டுப் போகும் என்பதால் அவற்றிற்கு அப்படி ஒரு சத்தியமாம். அது மட்டுமல்ல நாழி ஓடு போட்ட வீடுகளில் யாராவது ஒரு சீக்காளி இருப்பார் என்றும், அந்த வீடு நிச்சயமாகச் சண்டையும் சச்சரவுமான வீடாகத்தான் இருக்கும் என்பதையும் நம்ப வைக்கிறது. அதற்காக எல்லா விஷயங்களிலும் நம்மால் ஒரு தீர்மானத்துக்கு வர முடிவதில்லை. தனது கோழிமுட்டைக் கண்களால் பிற மனிதர்களைப் பார்க்க மறுக்கிற அன்னமேரி டீச்சர்தான், தலையைக் குனிந்துகொண்டு மழைத்தூறலுக்காகப் புத்தகங்களை நெஞ்சோடு சேர்த்தபடி ஓட்டமும் நடையுமாக வருகிறபோது, படிக்கட்டில் உட்கார்ந்திருக்கிற டாரதியைப் பார்த்து, 'ஏ புள்ள! இது என்ன இப்படி மழைல நனைஞ்சுக்கிட்டு உக்காந்திருக்கா? உள்ளே போனா என்னா?' என்று கேட்டுவிட்டுச் செல்கிறாள். "எஸ்.எஸ்.எல்.சி பரிட்சை எழுதின எல்லா பெண்பிள்ளைகளுக்கும் திடீரென்று பரிட்சை முடிந்த உடனேயே ஒரு பெரிய மனுஷிக்குரிய தோற்றம் வந்துவிடும். எங்கோ தூரத்தில் சம்பாத்தியம் பண்ணுகிற புருஷனை விட்டுப் பிரிந்து அவனுடைய சொந்த ஊரில் அவன் சுற்றத்தார்களுடன் இருந்து வாழுகிற ஒரு பெண்ணின் ஏக்கமும் சுமைகளும் கூடிவிட்ட ஒரு அசாதாரணமான தோற்றப் பொலிவு ஏற்பட்டுவிடும்" என்ற வரிகள் இன்றைய பத்தாங்கிளாஸ் பெண்பிள்ளைகளுக்குப் பொருந்துமோ என்னவோ! ஆனால் அக்காவுக்குக் கல்யாணம் ஆன பிறகு, அக்காமீது காரணமில்லாத கோபமும் பொறாமையும் ஏற்படுகிற பெண்பிள்ளைகளை நம்மால் இன்றைக்கும் பார்க்க முடியும்தான்.

பள்ளிக்கூடம் போய்க்கொண்டிருந்தபோது ஆசீர்வாதம் பிள்ளையின் உடம்பிலிருந்தும் உடைகளிலிருந்தும் அடித்த சாக்பீஸும் பேப்பரும் கலந்த வாடை நாளடைவில் காணாமல் போனதுபோல, அவரது மனைவி ரெபேக்காளின் உடம்பிலிருந்து காய்ச்சின பாலின் முறுகலான வாடையும், சமையலின் மணமும் கலந்த வாடையும் அவர்கள் வீட்டு அடுப்படி இடிந்து விழுந்த பிறகு கொஞ்சம் கொஞ்சமாகக் காணாமல் போகிறது. அதற்குப் பிறகு அந்த இடிந்த பழைய வீட்டில் அழுக்குத்துணிகளின் புழுங்கின வாடை நிரந்தரமாகத் தங்கிவிடுகிறது. இதில் வாடை ஒரு பெரும் காலநகர்வுக்கு பயன்படுத்தப்பட்டிருக்கிறது. யோசித்துப் பார்த்தால் நம் எல்லாருக்கும் எல்லார் குறித்தும்

பிரத்தியேக வாடை மனத்தில் தங்கியிருக்கிறது. ஜீனோவுக்குத் தன் பள்ளித்தோழியின் பட்டுப்பாவாடையிலிருந்து வருகிற வாடை டாரதியை ஞாபகப்படுத்துகிறது. பெரிய மனுஷித்தனமாகச் சிந்திக்க முடிகிற அந்தச் சின்னஞ்சிறு பெண்ணுக்கு மிகப்பெரிய சுதந்திரம் தேவைப்படுகிறது. சாயந்திர வேளைகளில் வீட்டில், மேல்புரத்து ஜன்னலுக்கு அருகே ஸ்டூலைப் போட்டுக்கொண்டு தூரத்தில் தெரிகிற களக்காடு மலையைப் பார்த்துக்கொண்டிருக்க விரும்புகிறாள். வெறும் பாறைகளினாலும், அடர்ந்த மரம் செடிகளினாலும் நிரப்பப்பட்டுள்ள வெறும் மலைதான் என்றாலும் அவளுக்கு அதைப் பார்த்துக்கொண்டிருக்க வேண்டும். ஆனால் அதற்குக்கூட அவளது தாய் அனுமதிப்பதில்லை. ஆனாலும் தன் தாய்க்குத் தேவைப்படுகிற வார்த்தைகளை அவள் தருகிறாள். பக்தியும், ஆண்டவரில் விசுவாசமும் நிரம்பிய தன் தாய் மங்கள வல்லி அந்நிய ஆடவரை நினைத்துப் பார்க்கிற பாபமான காரியத்தைச் செய்து குற்றவுணர்ச்சியில் அழுகிறபோதெல்லாம் தனக்குத் தெரிந்த சின்னஞ்சிறிய அமைதியும் பரிவும் நிரம்பிய சொற்களால் அந்தப் பெண்ணால் தன் தாய்க்கு ஆறுதல் சொல்ல முடிகிறது.

பள்ளிக்கூடத்தில் டீச்சர் என்றழைக்கிற எதிர் வீட்டுக்கார இருதயத்தை வீட்டில் அக்கா என்றழைப்பதை விரும்புகிற அற்புதமேரி தலையணையில் முகத்தைப் புதைத்துக்கொண்டு ஜெபம் சொல்கிறாள். அப்போது சாம்ஸன் அண்ணனுக்கு நல்ல புத்தி வரவேண்டுமென்று வேண்டுகிறாள். அண்ணனையும் எஸ்தர் சித்தியையும் ஒன்றாக அலங்கோலமாகப் பார்த்த பிறகும் அவர்கள் இருவரிடமும் முன்பை விடவும் பிரியமாக இருக்கிறாள். அதற்குப் பிறகு மிகுந்த சகிப்புத்தன்மையுடையவளாகிறாள். பார்க்க விரும்புபவர்களை, பார்க்கக்கூடாத நிலையில் பார்க்க நேர்ந்தால் அதற்குப்பிறகும் அவர்களை இன்னும் பலமாக நேசிக்கக் கற்றுக்கொடுக்கும் அற்புதமேரிக்குத்தான் எத்தனை பொருத்தமான பெயர்! ஏசு சுவாமியின் பேரில் அளவற்ற விசுவாசம் கொண்ட ரோஸம்மாளை விட்டுவிட்டுத் தாழாக்குடியில் வேறொரு வீட்டில் வாழ்ந்து செத்துப்போன கணவன் தேவயிரக்கத்தின் உடலைப் பார்க்க அவள் செல்வதொன்றும் பெரிய காரியமில்லை. தனது கணவனின் உடல்மீது அவனுக்கும் தாழாக்குடிக்காரிக்கும் பிறந்த பிள்ளைகள் விழுந்து அழுவதைப் பார்த்துத் தாங்கிக்கொள்ள முடியாமல் அவர்களை இழுத்து அணைத்துக்கொள்கிற ரோசம்மாளை ரெயினீஸ் ஐயர் தெருவின் தாய் என்று சொல்லலாம்தான். அவ்வளவு உயர்குணம்கொண்ட ரோஸம்மாளை ஏன் பாம்பு கடித்துச் சாகவிட்டு தன்னோடு ஏசு ஸ்வாமி அழைத்துக்கொண்டாரோ தெரியவில்லை. ரோஸம்மாள்

இறந்த பிறகு, யார் யாரெல்லாமோ அந்த வீட்டுக்குக் குடிவந்த பிறகும் அந்த வீட்டு மாடியில் உள்ள இளஞ்சிவப்பு திரைச்சீலை அப்படியேதான் காற்றில் அலைந்து தொங்கிக்கொண்டிருக்கிறது. அந்தத் திரைச்சீலையை ரோஸம்மாள்தான் மாட்டியிருக்க வேண்டும் என்று டாரதி நம்புகிறாள். மத்தியானமும் இல்லாமல் சாயந்திரமும் ஆகியிராத நடு வினோதமான நேரத்தில் அந்த ஜன்னல் திரையை ரோஸம்மாள் அங்கே தொங்கவிட்டிருக்கலாம். அந்த இளஞ்சிவப்புத் திரைச்சீலை தொங்கவிடப்பட்டிருக்கிற ஜன்னல் கம்பிகளின் வழியாய், தன்னுடைய தலையிலிருந்து கழிந்த சிக்குமுடிகளைப் போட்டிருப்பாள். இப்படியெல்லாமான எண்ணற்ற மனவிசித்திரங்கள்.

மழைக்கு அடித்துப் போகிற பழைய மணலையும், வந்து சேர்கிற புது மணலையும் பற்றிச் சிறுவயதில் தன் தாயிடம் கேட்கிறாள் டாரதி. அதற்கு டாரதியின் தாய் இப்படி சொல்கிறாள். ‘இயேசு சாமிதான் போடுகிறார். வேற யார் கொண்டுவந்து போடுவார்கள்? அவரால்தான் இந்தக் காரியமெல்லாம் கூடும்.’ டாரதியிடம் துவங்குகிற ரெயினீஸ் ஐயர் தெரு நாவலில் மழை பெய்தபடி இருக்கிறது. நாவலின் இறுதியிலும் மழை பெய்கிறது. நாற்பதாண்டுகளுக்கு முன்பு எழுதப்பட்ட இந்த நாவலை இப்போது படித்துப் பார்க்கையில் அன்றைய மழைக்கும் இன்றைய மழைக்கும் வித்தியாசம் தெரியவில்லை. இன்றைக்கும் இது புதுமணல்தான். போட்டவர் வண்ணநிலவன். அவரால்தான் இந்தக் காரியமெல்லாம் கூடும்.

டிஸம்பர் 2, 2021 **சுகா**
சென்னை–93

முதல் வீடு

டாரதி முன் வாசலில் தெரு நடைக் கல்லில் உட்கார்ந் திருந்தாள். எதிர்த்த இருதயத்து டீச்சர் வீட்டு இரண்டு பெட்டைக் குஞ்சுகளும் தெரு முனையில் குனிந்து இரை பொறுக்கிக்கொண் டிருந்தன. அந்தத் தெருவின் முனையை, திருவனந்த புரம் ரோட்டில் சென்றுமுடிகிற இடத்தை எப்போது பார்த்தாலும் மனசுக்குக் கஷ்டமாகத் தான் இருக்கும். அந்தக் கோழிக்குஞ்சுகள் மேய்வதற் காக அந்த இடத்தை எதற்காகத் தேர்ந்தெடுத்தன வென்று தெரியவில்லை. அந்த இடத்தில் ஏதாவது இரைகள் தின்னக் கிடைப்பதுகூடக் காரணமாக இருக்கலாம்தான். ஆனாலும், அந்தத் தெருமுனை யில் அவை மேய்ந்துகொண்டிருப்பது அவளுக்கு மிகுந்த துயரத்தைத்தான் தந்தது. அந்தக் கோழிக் குஞ்சுகள் தன்னந் தனியே அனாதரவாகத் தங்கள் வாழ்நாளைக் கழித்துவரும்படி ஆனதுபோல் தோன்றியது. தாத்தாவுடைய இருமல் சத்தங் கேட்டுப் பின்னால் திரும்பிப் பார்த்தாள். அழிக் கம்பிகளினூடே, நார்க் கட்டிலில் படுத்திருக்கிற தாத்தாவுடைய கால்கள் மட்டும் தெரிந்தன.

அப்போது யாராவது தெருவில் வந்தால் சந்தோஷமாக இருக்கும் போலிருந்தது. யாரு மில்லை. கோழிக்குஞ்சுகள் இப்போது தெரு முனையிலிருந்து மெதுவாக மேய்ந்துகொண்டே திரும்பிக்கொண்டிருந்தன.

போன வாரம் மங்களவல்லிச் சித்தி வீட்டுச் சித்தப்பா வந்துவிட்டுப்போன போதுகூட

இருதயத்து டீச்சர் வீட்டில் இந்தக் குஞ்சுகள் பிறந்திருக்க வில்லை. இவ்வளவு குறைந்த காலத்துக்குள் அவை தெருவில் இறங்கி இரை பொறுக்கத் தெரிந்துகொண்டுவிட்டது பெரிய ஆச்சரியம்தான். இவைகளோடு பொரித்த ஆறு குஞ்சுகளில் இவைகள் மட்டுமே மிஞ்சியிருந்தன. தாய்க்கோழி சில நாட்களி லேயே குஞ்சுகளைப் பிரிந்து போகும்படியாக அதற்கொரு விதமான சூழ்நிலை ஏற்பட்டுப்போயிருந்தது. அது ஏனோ ஏறமுடியாத உயரமான வீட்டுச் சுவர்களின் மேலும், கூரை களின் மேலும்கூட ஏறி குஞ்சுகளைப் பிரிந்து தனியே சஞ்சரித்து வந்தது.

எபன் அன்றைக்கு நேரங்கழித்துத்தான் வருவேனென்று சொல்லிவிட்டுப் போயிருந்தான். இதை அவன் அவளிடம் சொன்னபோது கழிந்த அந்த நேரத்தை இப்போது நினைத்தாலும் கூட எவ்வளவோ நன்றாக இருந்தது. இது தானென்றில்லை, கடந்துபோன ஒவ்வொரு நாளையும், ஒவ்வொரு சம்பவத்தை யும் பின்னால் நினைத்துப் பார்க்கையில் அவை அனேகமாக மனசுக்கு வீணான சஞ்சலத்தையும், துயரத்தையுமே தந்தன. என்றாலும், அத்தனை துயரத்திலுங்கூட அவைகளும் ஏதோ வொரு சந்தோஷம் இருக்கத்தான் இருந்தது. அது நிஜமாகவே சந்தோஷந்தானா, அல்லது வெறும் துயரமேதானா என்பது அவளுக்குத் தெரியவில்லை. மேலும், எவ்வளவு சின்னஞ்சிறு பெண் அவள்.

அவளைப் போலவே எவ்வளவோ பெண் பிள்ளைகள் இந்தமாதிரித் தாயில்லாமல் பெரியம்மா வீட்டில் வளர்ந்து கொண்டிருக்கலாம்தான். ஒருவேளை அவர்களுக்கெல்லாம் இவளைப்போலவே மழையும், நடைவாசல் கல்படியும்கூடப் பிடித்திருக்கலாம். அவளுடைய எபன் அண்ணனைப் போன்ற பையன்கள் அவர்களுக்கு இருக்கமாட்டார்கள், இதுபோல வீடுகளுக்கு நடுவே கல்லறையைக் கொண்ட தெருவில் வாழ்ந்து வரமாட்டார்கள். எதிர்த்த வீட்டில் இருதயத்து டீச்சர் இருக்கவேமாட்டாள். நிச்சயமாகச் சொல்லக்கூடியது ஒன்று உண்டு. பிறந்த சிறிது காலத்திற்குள்ளாகவே தாயைப் பிரிந்து தன்னந் தனியே இரை பொறுக்கித் திரியும் இந்தக் கோழிக் குஞ்சுகள் இருக்கவே இருக்காது. மேலும், பெரியம்மா மாதிரி ஒரு மனுஷி இருக்கவே மாட்டாள்.

டெய்ஸி பெரியம்மா நல்லவளா கெட்டவளா என்று தெரியவில்லை. டெய்ஸி பெரியம்மாவைப்பற்றி பள்ளிக் கூடத்தில் அப்படித்தான் சொல்லிக்கொள்கிறார்கள். பணப் பேய், கொஞ்சம் ஒழுக்கக் குறைவானவளும்கூட என்று சொல்லிக்கொள்கிறார்கள். ஹாஸ்டல் வார்டன் மெர்ஸி

டீச்சரே இப்படிச் சொல்லுகிறது என்றால் அது நிஜமாகத்தான் இருக்கும். ஆனால், பெரியம்மா ஒருநாள் கூடக் காலை ஜெபத்தையும், இரவு ஜெபத்தையும் தவறவிட்டவள் இல்லை. தினந்தோறும் பைபிள் வாசிக்காமல் படுக்கமாட்டாள். ஒரு கோவில் பாதிரியாருடைய மனைவி, பாஸ்ட்டரேற்ட் சேர்ம னுடைய மகள் இப்படி இருக்க முடியும்தானா? அவளுக்கு என்ன தெரியும்? எவ்வளவு சின்னஞ்சிறு பெண் அவள்.

தாத்தாதான், பெரியம்மா வீட்டில் இல்லாத வேளைகளில் இவளைப் பக்கத்தில் கூப்பிட்டு உட்காரவைத்துக்கொண்டு, “ஒங்க அம்ம அமலியா எவ்வளவு நல்லவ . . . அவ இருந்தா என்னைய இந்தமாதிரிப் போட்டு வச்சிருப்பாளா? இந்தக் கேடுகெட்ட முண்டை ஏஞ் சொத்தப் பூரா எடுத்துக்கிட்டு என்னைய இந்த மாதிரிக் கீழ தள்ளிட்டாளே . . . அந்தக் கர்த்தா தான் இவளைக் கேக்கணும்... இதுல கோயில் செபத்துக்கு வேற ஒழுங்காப் போயிட்டு வரா ... த்தூ ... எறப்பாணி மவ ...” என்று திட்டுவார். அவளுக்கு என்ன தெரியும்? எவ்வளவு சின்னஞ்சிறு பெண் அவள்.

மழைத் தூறல் லேசாக விழ ஆரம்பித்தது. டாரதியின் ஆசைப்படி இன்னும் ஒருத்தர்கூட அந்தத் தெருவில் வர வில்லை. அந்தத் தூறல் மனசுக்குப் பிடித்திருந்தது. இருதயத்து டீச்சர் வீட்டுக் குஞ்சுகள் இரண்டும் ஹென்றி மதுரநாயகம் பிள்ளை வீட்டுக் காம்பவுண்டுச் சுவரோடு சுவராய் ஒடுங்கி நின்று பயத்துடன் உடம்பைச் சிலிர்த்துக்கொண்டன.

அடைக்கலாபுரத்துக் கோவிலில் சாயந்தர ஆராதனைக் காக மணி அடிக்க ஆரம்பித்தது. மழைத் தூறலுக்குள் கோவில் மணிச்சத்தம் கேட்க வெகு வினோதமாக இருந்தது.

பெரியப்பாவுடைய கட்டிலுக்கு மேலே மர ஸ்டாண்டில் தொங்குகிற பெரியப்பாவுடைய அங்கியைக் காணோம். பெரியப்பா, அவள் பள்ளிக்கூடம் விட்டு வருவதற்கு முன்பே வீட்டுக்கு வந்து அங்கியை அணிந்துகொண்டு போயிருக்க வேண்டும். ஒருவேளை அவருக்கு டயோசீசனில் ஏதாவது சிறு வேலை இருந்திருக்கலாம். பெரியப்பாவுடைய ஜெபத்தைப் போலவே அவர் ஆராதனை நடத்துகிற அடைக்கலாபுரம் கோவில் மணி சத்தம்கூட எவ்வளவு அன்போடும், உருக்கத் தோடும் கேட்கிறது. அந்த மணியை அடித்துக்கொண்டிருக்கிற கோவில் குட்டியார் ரேமாண்ட்தான் எவ்வளவு பிரியமானவர். தாத்தாவுக்கு இந்த உலகத்திலேயே ரொம்பவும் பிடித்த மானவர் கோவில் குட்டியார் ரேமாண்ட்தான். இத்தனைக்கும் ரேமாண்ட் அடிக்கடி வீட்டுக்கு வருகிறவரல்ல. இருந்தாலும்,

ரேமாண்ட் தான் வந்துபோகிறபோது தாத்தாவிடம் ஞாபகமாய் அவருடைய உடல் நிலையைப் பற்றிக் கேட்பார்.

தெரு முனையில், ரெயினீஸ் ஐயர் கல்லறைக்கு அப்பால், திருவனந்தபுரம் ரோட்டிலிருந்து தெருவுக்குள் அன்னமேரி டீச்சர் இறங்கி வந்துகொண்டிருந்தாள். தலையைக் குனிந்து கொண்டு மழைத் தூறலுக்காகப் புத்தகங்களை நெஞ்சோடு சேர்த்தபடி கனத்த உடம்பைத் தூக்கமுடியாமல் தூக்கிக் கொண்டு ஓட்டமும் நடையுமாக வந்துகொண்டிருந்தாள். ரெயினீஸ் ஐயருடைய வீட்டைத் தாண்டிப் போகும்போது படிக்கட்டில் உட்கார்ந்திருந்த டாரதியைப் பார்த்து, "ஏ . . . புள்ள! இது என்ன இப்படி மழையில நனைஞ்சுக்கிட்டு உட்கார்ந் திருக்கா? உள்ளே போனா என்ன?..." என்று கேட்டுக் கொண்டே போனாள்.

அன்னமேரி டீச்சர் எதற்காக விசாரித்தாளென்று தெரிய வில்லை. பெரும்பாலும் அவள் சுபாவம் அதுவல்ல. பிற மனிதர்கள் அவளுடைய கோழிமுட்டைக் கண்களில் படுவதே அபூர்வம்.

பெரிய மழையாகப் பெய்தால் நல்லது. மழை வரட்டும். மழை நல்லது. போன மழையில் தெரு மண்ணெல்லாம் புது மணலாக மாறினது. இப்போது அந்த மணலில் பழகிப்பழகிப் புழுதி சேர்ந்துவிட்டது. மழையில் தெருவுக்குப் புதுமணல் வரும். இந்தப் புதுமணல் எங்கிருந்து வருகிறது? ஊரிலுள்ள எல்லாத் தெருக்களையும் இந்தப் புதுமணல் எப்படி நிறைத்து விடுகிறது? சிறுவயதில் அம்மாவிடம் அவளே இதைக் கேட்ட போது அவள் ஒரு பதிலைச் சொன்னாள்.

"இயேசு சாமிதான் போடுகிறார். வேற யார் கொண்டு வந்து போடுவார்கள்? அவரால்தான் இந்தக் காரியமெல்லாம் கூடும்..."

அம்மா சொன்ன பதில் என்பதற்காக அந்த வரிகள் மட்டும் அப்படியே எத்தனையோ கோடை காலங்களையும், குளிர் காலங்களையும் கூடத் தாண்டி மனதில் நின்றுவிட்டன. ஆனால், மூன்று வருஷங்களுக்கு முன்னால், விஞ்ஞானப் பாடத்தில் 'பூமி சூரியனைச் சுற்றுகிறது' என்று புதிதாகப் படித்த பிறகு அம்மா சொன்ன பதில்மீது சந்தேகம் வந்து விட்டது. ஆனாலும், விஞ்ஞானப் பாடத்தை முழுசுமாக நம்பமுடியவில்லை. சயின்ஸ் டீச்சருக்குத் தெரியாததா எல்லாம்? சயின்ஸ் டீச்சரை மாதிரி கோவிலுக்கு ஒழுங்காகப் போகிறவர்கள் ரொம்ப அபூர்வம். அவர்களுக்கு இயேசு சாமியைப் பற்றித் தெரியாமலா இருக்கும்? ஒருவேளை எபன்

அண்ணனுக்கு இந்தப் புதுமணல் எப்படித் தெருக்களை நிறைக்கிறது என்பது தெரிந்திருக்கலாம். இன்று இரவு மழை பெய்தால் நாளைக் காலையில் புதுமணல்மீது நடந்து பள்ளிக் கூடம் போகலாம்.

புதுமணல் வந்தால் ரெயினீஸ் ஐயர் தெருக்காரர்கள் சந்தோஷமாக இருப்பார்கள். பொதுவாகவே மனுஷர்களுக்கு அடிக்கடி சந்தோஷம் கிடைப்பதில்லை என்பதுதானே நிஜம்? எல்லோரும் அமைதியாகச் சந்தோஷத்துடன் திரிந்து எவ்வளவோ காலமாயிற்று. முக்கியமாக ஹென்றி மதுரநாயகம் பிள்ளையின் மகன் சாம்சனுக்குப் பேய் பிடித் திருக்கிறது. அவனுக்கு எத்தனையோ தனி ஜெபங்கள் செய்து பார்த்தா யிற்று. இந்த மழை அவனுக்கு நல்ல புத்தியைத் தருமா? அவனுக்கு நல்ல புத்தி திரும்பினால் அது எவ்வளவு உபகாரமாக இருக்கும்? மழை வருமா இன்று?

அவளுடைய அப்பா அவளைக் கொண்டுவந்து பாளையங் கோட்டையில் விட்டுவிட்டு நேவிக்குப் புறப்பட்டுப் போன மறுநாள் இப்படித்தான் மழை வந்தது. அன்றும் சாயந்திரம் போல இதே மாதிரிக் குளிர்ந்த காற்று வீசினதும் மழை வந்தது.

எல்லாவற்றையும் நினைக்க நினைக்க நேற்றோ முன் தினமோதான் எல்லாம் நடந்துமுடிந்தது மாதிரி இருக்கிறது. அப்பா லீவு முடிந்து பம்பாய்க்கு நேவிக்குப் புறப்பட்டுப்போன பிறகுதான் மழையும், மழைக்குப் பிறகு அறுப்பின் பண்டியலும் வந்தது. அறுப்பின் பண்டியல் வருகிறபோதெல்லாம் மழை வந்துவிடுகிறது. அறுப்பின் பண்டியல் தோறும் வருகிற மங்களவல்லிச் சித்தியும் அவளுடைய மகள் ஜீனோவும் இந்த வருஷமும் வருகிறார்கள். ஜீனோவைப் பார்த்துதான் எவ்வளவு நாட்களாகின்றன? ஜீனோவை கல்யாணி அண்ணனுக்குக் கூடப் பிடிக்கும். கல்யாணி அண்ணனை யாருக்குத்தான் பிடிக்காது? கல்யாணி அண்ணனையும் எதிர்த்த வீட்டு தியோடர் அண்ணனையும் நினைத்தால் ரொம்ப ஆச்சரிய மாகத்தான் இருக்கிறது.

அம்மா இருந்திருந்தால் இந்த ரெயினீஸ் ஐயர் தெருவுக்கு வரவேண்டியதே இருந்திருக்காது. எப்போதாவது ஒரு தடவை தாத்தாவைப் பார்ப்பதற்காக அம்மாவுடன் வர வேண்டிய திருந்திருக்கும். அல்லது அப்பா லீவில் நேவியிலிருந்து வந்து போனால் ஒருவேளை இங்கே வந்துபோயிருக்கலாம். ஆனால், இப்போது அம்மா இல்லை. அவளோடு அம்பாசமுத்திரத்தில் டயோசீசன் பள்ளிக்கூடத்து வீட்டில் இருந்தபோது எத்தனையோ தடவை பெய்த மழை, அம்மாவோடு தினந்

தோறும் குளிக்கப்போன தாமிர வருணி ஆறு, வீட்டிலிருந்து மேல ஜன்னல் வழியே பார்த்தால் தெரிகிற பாபநாசத்து மலை, பள்ளிக்கூடத்துக்கு அம்மாவுடன் வீட்டிலிருந்து நடந்துபோன குளிர்ந்த காற்று வீசுகிற மரங்களடர்ந்த மேற்குத் திசை எல்லாம் அப்படியே இருக்கின்றன.

இரண்டாவது வீடு

நாழி ஓடுபோட்ட வீடுகளிலேயே எப்போதும் சண்டையும் சச்சரவுமாகத்தான் கிடக்குமோ என்னவோ? அந்த வீட்டில் யாருக்காவது நாள்பட்ட வியாதி ஒன்றும் இருந்துகொண் டிருக்கும். அம்பாசமுத்திரத்தில் டாரதியுடைய அம்மாவுடன் வேலை பார்த்த பியூலா டீச்சர் வீடு ஆற்றுக்குப் போகிற பாதையில் இருந்தது. அதுவும் எதிர்த்த இருதயத்து டீச்சர் வீடு மாதிரியே நாழி ஓடு போட்ட வீடுதான். பியூலா டீச்சர் வீட்டில் அவளுடைய அம்மாவும் விதவையாக இருந்த அக்காவும் பல வருஷங்களாக வியாதிகளினால் பெருத்த அவதிப்பட்டு வந்தார்கள். அவர்களுக்காகவே பியூலா டீச்சர் கல்யாணமே பண்ணிக்கொள்ள முடியாமல் போய்விட்டது.

இருதயத்து டீச்சர் வீட்டில் அவளுடைய புருஷன் சேசய்யா பன்னிரெண்டு வருஷங்களாக தொண்டைப் புகைச்சலில் கிடந்து உழன்றுகொண்டிருக்கிறான். ஒவ்வொரு வருஷமும் மழைக்காலத்தில் 'இந்தா போயிருவான், அந்தா போயிருவான்' என்று மூச்சு இழுத்துக்கொண்டிருக்கும். பிறகு எப்படியோ பிழைத்துக்கொள்வான். அந்த நேரத்தில் அவனுக்கு ரொம்ப அக்கறையாக மருத்துவம் பார்ப்பார்கள். கொஞ்சம் நடமாட ஆரம்பித்ததும் அவனே மருந்து மாத்திரைகளை நிறுத்தி விடுவான். இருதயத்துக்கும் வேறு எத்தனையோ வேலைகள்.

ரெயினீஸ் ஐயர் தெருவில் எதிரும் புதிருமாக இருந்தது மொத்தம் ஆறே ஆறு வீடுகள்தான். தெற்கு வரிசையிலுள்ள வீடுகளுக்குப் பின்னால் சின்னதான ஒரு வாய்க்கால் ஓடுகிறது. சிறிய வாய்க்கால் தான் என்றாலும் அதில் அனேகமாகக் கோடையில் இரண்டே மாதங்களைத் தவிர மற்றக் காலங்களில் பெரும்பாலும் தண்ணீர் ஓடும். ரெயினீஸ் ஐயர் தெருவுக்குப் பின்னால் ஒரு இடத்தில் அந்த வாய்க்காலில் ஒரு சிறு வளைவு ஒன்று உண்டு. அந்த இடத்தில் தண்ணீர் சுழித்துக்கொண்டு ஓடும். ரெயினீஸ் ஐயர் தெருவிலுள்ள தென் வரிசை வீட்டுக் காரர்கள் தங்கள் வீட்டுக்குள்ளிருந்தவாறு ஜன்னலெட்டிப்

பார்த்தால் ஜன்னலுக்குக் கீழே தண்ணீர் ஓடிக்கொண்டிருக்கும். புராதன வெனீஸ் நகரத்து வீடுகளைப்போல, அந்த வீடுகளின் புறவாசல் அஸ்திவாரச் சுவர்களே தண்ணீருக்குள்தான் இருந்தன.

ஒரு வருஷம் ஒரு வெள்ளக் காலத்தில் வீட்டு ஜன்னல் களைத் தொட்டுக்கொண்டு தண்ணீர் ஓடிற்றென்று இருதயத்து டீச்சருடைய அத்தையம்மாளும் சேசய்யாவுடைய தாயாரு மான இடிந்தகரையாள் சொல்லியிருக்கிறாள்.

இடிந்தகரையாளுக்கு அவளுடைய நிஜப் பெயர் என்ன வென்று அவளுக்கேகூட மறந்திருக்கும். அவளுக்கு இடிந்த கரையாள் என்றுதான் அங்கே பேர் வழங்கிவருகிறது. இந்திய சர்க்காரின் சென்ஸஸ் குறிப்புகள், வோட்டர் ஜாபிதாக்களில் கூட அந்தப் பெயர்தான் எப்படியோ இடம்பெற்றுவிட்டது. அதனால் என்ன? அவள் ஒரு இந்தியப் பெண் பிரஜை என்பது போதாதா என்ன?

அவளுடைய கருத்த தோல் இனியும் சுருங்க வழியே கிடையாது. அவளுடைய மார்பெல்லாம் கருத்த கருப்பட்டிப் புகையிலைத் துண்டு தொங்குகிறது மாதிரி சுருங்கித் தொங்க ஆரம்பித்துப் பல காலமாகிவிட்டது. ஆனால், அவள் வாலிபத்தில் நடந்த விஷயமொன்று வெகு வேடிக்கையானது. வீரஞ் செறிந்தது.

அவளுடைய அழகு அந்தப் பகுதியில் ரொம்பப் பிரசித்த மானது. தன் தாய் வீட்டிலிருந்து இடிந்த கரையிலுள்ள தாய்மாமன் வீட்டுக்கு மாட்டு வண்டியில் போய்க்கொண் டிருக்கும்போது ஏழெட்டுப் பேர்கள் சேர்ந்து பனை வடலிக்குள் வைத்து வண்டியை மறித்து அவளைத் தூக்கிக்கொண்டு போய் விட்டார்கள். எல்லாம் சொந்த ஜன பந்துக்கள்தான். அந்தக் கேஸ் ரொம்பக் காலமாய் திருச்செந்தூர் சப் மாஜிஸ்டிரேட் கோர்ட்டில் நடந்தது. பிறகு அந்த விடலைப் பையன்களில் ஒருவனுக்கே இவளைக் கல்யாணம் பண்ணிவைத்தார்கள். எத்தனையோ பழைய கதைகளைப்போல் இப்போது இந்த விஷயமும் ஒரு கதையாகிவிட்டது.

இடிந்தகரையாளுக்குச் சதாவும் காதில் கோழி இறகை வைத்துத் திரித்துக் குடைந்துகொண்டிருக்க வேண்டும்.

அன்னமேரி டீச்சர் சேலையைத் தொடைக்கு மேலே ஏறத் திரைத்துக் கொண்டு வீட்டுக்குள் நடமாடிக்கொண்டிருப்பாள். சமயத்தில் இருதயத்து வீட்டிலிருந்து சேசய்யாவின் புகைச்சல் தாங்க முடியாமல்போய், தன்னுடைய வீட்டுச் சுவரைத் துளைத்துக்கொண்டு, அந்த கொடிய கிருமி வந்து தன்னையும்

பற்றிக்கொண்டுவிடும்போலப் பயந்து, வெளியே தெருவுக்கு வந்து நின்றுகொண்டு, "ஏ இருதயம், என்னளா அவென் இப்பிடிக் கெடந்து இருமுதான்... ச்சோ... ய்!... எளவு புத்தேரி ஆசுப்பத்திரியில கொண்டுட்டுப் போயி கொஞ்சம் வச்சுப் பாருன்னு எத்தன தடவை சொல்லுரேன், அத ஒரு வார்த்த கேட்க மாட்டாங்கா. பெறவு கெடந்து என்னம்பா இருமிச் சாகுதாம்பாரு" என்பாள்.

அன்னமேரி டீச்சர் வீட்டுக்கு நேர் எதிர் வீடு ரயில்வேயில் வேலை பார்க்கிற ஹென்றி மதுரநாயகம் பிள்ளையுடைய வீடு. ஹென்றி மதுரநாயகம் பிள்ளையின் இரண்டாவது பையன் சாம்ஸன் அன்னமேரி டீச்சரையே வீட்டுக்குள்ளிருந்து வெறிக்கப் பார்த்துக்கொண்டு நின்றிருப்பான். அவள் சேசய்யா வுடைய உடம்பைப்பற்றிக் கவலைப்பட்டு, தெருவில் நின்று சொல்லிவிட்டுத் திரும்பும்போதெல்லாம் எதிரே ஹென்றி மதுரநாயகம் பிள்ளை வீட்டைப் பாராமல் இருக்கமாட்டாள். ஜன்னலுக்குள்ளேயிருந்து சாம்ஸனுடைய தலை தெரியும். (அவனுடைய தலையைப் பார்க்கும்போதெல்லாம், அவள் சொல்லிக்கொடுக்கிற சரித்திரப் புத்தகத்து முதுமக்கள் தாழி படம் ஞாபகத்துக்கு வந்துவிடுகிறது.) அதில் ஓட்டை போட்டது மாதிரி இரண்டு கண்கள் உருட்டி உருட்டி ஊர்கிறதைப் பார்ப்பாள்.

எப்படியானாலும், கோழிகள் இடிந்தகரையாளுக்குக் காது குடைய இறகுகளை உதிர்க்குமென்று, கோழிகளை வாங்கி விடவில்லை இருதயம். சேசய்யாவுக்கு முட்டைக்காகத்தான் அவைகளை வாங்கி விட்டிருந்தாள்.

இடிந்தகரையாளுக்குக் காதைக் குடைகிற பழக்கம் எப்போது வந்ததென்று தெருவில் யாருக்கும் நிச்சயம் தெரியாது. யோசுவா தாத்தாவைக் கேட்டால் "முண்டைக்கி சாமி, பொறக்கும்போதே கையில கோழி எறகுங் கையுமா அனுப்பிட்டாருபோல... அதுதாங் கொடஞ்சி கொடஞ்சி காதே போச்சே" என்று ஆதங்கப்படுவார்.

பெரிய சேவலுடைய இறகு, சின்னக் குஞ்சுகளுடைய இறகு, நன்கு விளைந்த கோழிகளுடைய இறகு என்று எல்லா தினுசு இறகுகளையும் தினுசு தினுசாகப் பிரித்துக் கட்டி வைத்திருப்பாள், அந்த இறகுக் கட்டுகள் அவளுடைய படுக்கைத் தலைமாட்டிலேயே பத்திரமாக இருக்கும். நன்றாக விளைந்து போன ஏழு எட்டு வயது சேவல்களுடைய இறகுகளின் பேரில் அவளுக்கு ஒரு தனிப் பிரியம் உண்டு. வயசான சேவல் யார் வீட்டில் செத்தாலும் அந்த இறகுகளை அந்த விட்டுக் குழந்தைகள்

கட்டாகக் கட்டிக்கொண்டு வந்து இடிந்தகரையாளிடம் கொடுத்து விடுவார்கள். அந்த இறகுகளைப்பார்த்து அவள் சந்தோஷப் படுகிறதுபோல யராலும் அவ்வளவு சந்தோஷப்பட முடியாது. உலகமே தன்னுடைய கைக்குள் கோழி இறகாக ஆகிவிட்ட களிப்பு அவளுடைய சுருக்கம் விழுந்துபோன முகத்தில் தெரியும்.

இருதயமும் அன்னமேரியும் ஒரே சி. எஸ். ஐ. ஸ்கூலில்தான் படித்துக்கொடுக்கிறார்கள். இருதயத்துக்குப் பள்ளிக்கூடத் திலும் கூட வீட்டைப் பற்றின ஞாபகம்தான். தன்னுடைய வீடு அலங்கோலமாகக் கண்டபடி பொருட்களெல்லாம் இறைந்து கிடக்க, பழைய மேஜை, சாப்பாட்டு மேஜை, நாற்காலிகள் எல்லாம் ஒடிந்துபோயும், தன்னுடைய அத்தையும், புருஷனும் ஊரிலேயே மிக மோசமான அழுக்கு உடைகளை உடுத்திக் கொண்டு திரிவது போலவுமொரு தவிப்பு எங்கே போனாலும் கூடவே இருக்கும்.

கோழிகளை வளர்க்கிறதால், அவை வீடெங்கும் இருந்து வைக்கும் என்பதைத் தவிர வேறு எந்த விதத்திலும் அவளுடைய வீடு மற்ற வீடுகளைவிடச் சுத்தமாகவும் ஒழுங்காகவும் இருக்கிற தென்பது உண்மை. இதை அவளால் நம்பமுடியவில்லை. எப்போதும் வீட்டைப் பற்றின ஞாபகம்தான் இருதயத்துக்கு.

வீட்டுக்குள் வெளிச்சமே கிடையாது என்று எண்ணினாள். இதனால் வீட்டுக்கு யார் வந்தாலும் முற்றத்திலே கோழிக் கூட்டுக்கு முன்னால் கோரம் பாயைப் போட்டு உட்காரச் சொல்லிப் பேசிக்கொண்டிருப்பாள். இரவுகூட அவள் அங்கே தான் படுப்பாள். வீட்டுக்குள்ளே எப்போதும் ஒரே இருட்டாக இருக்கிறதென்பது அவள் முடிவு. இதை யார் என்ன செய்ய முடியும்?

அந்த வீட்டை இருதயத்துக்குப் பிடிக்கவே இல்லை. ஆனாலும்கூட ஏழு வருஷமாயிற்று அந்த வீட்டுக்கு அவள் வந்து. அது அவளுடைய புருஷனுடைய வீடு. அவளுடைய சொந்த ஊரான டோனாவூரில் அவள் வீடு இருக்கிறது. அது ரொம்ப வும் அழகானது. அவளுடைய அப்பாவுக்காக டயோசீசனி லிருந்து கொடுத்திருந்த சின்னஞ்சிறிய, ஆனால் வசதியான ஒரு வீடு.

எவ்வளவு வெளிச்சமும், காற்றும் உள்ளே புகுந்து வரும். நிலாக் காலத்தில் பட்டக சாலை முழுவதும் ஜன்னல் கம்பிகளி னூடே நிலா வெளிச்சம் வீசுமே. சின்ன அக்காள் அற்புதத்துக்கு அப்போது ஏதோவொரு கெட்ட ஆவி பிடித்திருந்ததென்று அவளுடைய தலைமாட்டில் எப்போதும் அப்பாவுடைய பைபிளை வைத்திருக்கும். நிலா வெளிச்சத்தில் அந்தப் பைபிள்

எவ்வளவு பிரகாசமாய்த் தெரியும். முதலில் அப்பா, அப்புறம் பெரிய தங்கச்சி பிலோமி, சின்னத் தங்கச்சி ரெபேக்காள், அப்புறமாய் சின்ன அக்கா, அம்மா, கடைசியாக இருதய மேரி என்கிற வரிசையிலே படுத்துக்கிடப்பார்கள். அம்மாவுக்கு அத்தனை பிள்ளைகளிலும் இவளைத்தான் பிடித்திருந்தது. இதற்கு என்ன காரணம் சொல்ல முடியும்? எவ்வளவோ காரணங்களைச் சொல்லலாம். அம்மாவுடைய அம்மாவின் பெயரைத்தான் அவளுக்கு விட்டிருந்தது. இதுகூட ஒரு காரண மாக இருக்கலாம். பைபிள் மனப்பாட வகுப்பில் இருதயம் தான் முதலில் வருவாள். சண்டே கிளாஸுக்கு வீட்டில் ஒழுங்காகப் போனவளும் அவள்தான். இதனாலும் இருக்கலாம். அம்மா வுக்குப் பைபிளை மீறினது ஒன்றுமில்லை.

அந்த வீட்டின் சந்தோஷம் அம்மாவுக்கு அப்புறம் தொலைந்தே போய்விட்டது. அம்மாவுக்குப் பிறகு, வீட்டுக்குப் பின்னால் போட்டிருந்த தோட்டத்தை யாரும் பேணவே இல்லை, மண், கொத்தி விடப்படாமல் கரடு தட்டிப்போயிற்று. அப்பாவுடைய கோயில் பிரசங்கங்களில்கூட முன்புபோலக் கெம்பீரமில்லை. இத்தனைக்கும் எந்தக் காலத்திலும் அம்மா, அப்பாவுக்குப் பிரசங்கம் தயாரித்துக் கொடுத்தது கிடையாது. ஆனால் அம்மாவே பிரசங்கம் தயாரித்துக் கொடுத்த மாதிரித் தான் அவருடைய பிரசங்கங்கள் அப்படி ஆகிவிட்டன, அப்பா வின் பிரசங்கத்தைக் கேட்டவர்கள்தான் இப்படிச் சொன்னார்கள்.

சின்னத் தங்கச்சி ரெபேக்காளுக்கு முதலில் கல்யாணம் கழிந்தது. அவளுடைய புருஷனுக்கு ஏர்வாடியூர். அவளுடைய மாமனாருக்குச் சொந்தமாக மரவியாபாரம் இருந்தது. மேலும், அந்த வீட்டு மாமா, ஒருவிதத்தில் அப்பாவுக்குச் சிநேகிதரும் கூட. பிறகென்ன எல்லாம் நல்லபடியாகவே முடிந்தது.

பெரிய தங்கச்சி பிலோமி இப்போது, பாளையங் கோட்டை காலேஜில்தான் படிக்கிறாள். எல்லாவற்றிலும் கெட்டிக்காரியென்று பேர் வாங்கியிருக்கிறாள். அவள் சிறு வயசிலேயே கெட்டிக்காரியாகத் தான் இருந்தாள். அப்பாவுக்கு வயசாகிவிட்டது. டோனாவூர் வீட்டை, அப்பா தன் ஜீவியக் காலம் முழுதும் வைத்திருக்கட்டும் என்று டயோசீசில் கொடுத்துவிட்டார்கள்.

அப்பாவுடைய ஆசையில் தப்பிதம் ஒன்றுமில்லை. முதலில் சேசய்யாவுக்குத்தான் என்ன குறை இருந்தது? அந்த வீட்டுக்கு வந்த புதுசில் மச்சு நிறையக் கருப்புக்கட்டிக் கொட்டான்கள் அடுக்கிக் கிடக்கும். அது என்ன அப்படி ஒரு வாடை அந்தக் கருப்புக்கட்டிகளுக்கு? பச்சை ஓலைக்

கொட்டானும், இளகின கருப்புக்கட்டி வாசனையும் கலந்து அப்படியொரு புளித்த பனங்கள்ளு வாடை வீடெல்லாம் மண்டிக் கிடக்கும்.

இப்போது போலவே வீட்டில் அப்போதும் அதிகம் பேரில்லை. அத்தையம்மாள் இடிந்தகரையாளும்கூட இதே திண்ணையில்தான் அந்த நாட்களிலும் படுத்துக் கிடந்தாள். அதெல்லாம் ஒரு காலம்.

சேசய்யா இரும ஆரம்பித்தான். நெஞ்சு எலும்புக ளெல்லாம் மூச்சு முட்டிப்போய் நொறுங்கி விழுந்துவிடுகிறது போல, நெஞ்சை முன்னால் தள்ளிக்கொண்டு, குலுங்கிக்குலுங்கி இருமினான். நேரம் ஆக ஆக அந்தத் தெருவே இடிந்துவிழும் போல அவனுடைய இருமல் சத்தம் கூடிக்கொண்டே போயிற்று. திண்ணையில் காலைத் தொங்கப்போட்டபடியே உட்கார்ந்திருந்த அவனுடைய அம்மை அவனையே பார்த்துக் கொண்டிருந்தாள். பிறகு யாரோ அயலான் என்று அவனை நினைத்துக்கொண்ட மாதிரி முகத்தில் எந்தச் சலனமும் இன்றி, எதிரே நின்றிருந்த வேப்பமரத்தைப் பார்க்க ஆரம்பித்தாள்.

இருதயம், அப்படியே தன் காரியங்களைப் போட்டுவிட்டு ஓடி வந்தாள். அவனுடைய நெஞ்சைத் தடவிக்கொடுத்தாள். அவனை மெதுவாகத் தூக்கி நிறுத்தித் தன் தோளில் சாற்றின வாறே நடத்திக் கூட்டிக்கொண்டுபோய் வீட்டினுள்ளே கட்டிலில் படுக்க வைத்துவிட்டு, அவளும் அவன் தலைமாட்டில் உட்கார்ந்து கொண்டாள். சொல்ல முடியாத துயரத்துடன் குனிந்து அவனையே பார்த்துக்கொண்டிருந்தாள், இருமல் நின்றுவிட்டது. ஆனாலும் நெஞ்சு வேகமாக ஏறிஏறி இறங்கிக் கொண்டிருந்தது.

"நாளைக்கி சனிக்கிழமைதான். நாம ரெண்டு பேரும்..." என்று அவள் சொல்லி முடிக்கும் முன்பே அவன் பேசினான்.

"எங்கே? ஆசுப்பத்திரிக்கா... இனிமே அதெல்லாம் 'எதுக்கு? ஒண்ணும் வேண்டாம். எல்லாஞ் சரியாப் போயிரும். நீ போயி வீட்டு வேலையைப் பாரு... போம்மா... போ... ரொம்ப நேரம் பக்கத்துல இருக்காதே. ஒட்டுவாரொட்டி சனியன். எனக்குப் பாக்கதுக்கு நீ இருக்கா. ஒனக்கு வந்துட்டா ஆரு இருக்கா? இருந்துங் கெதியில்ல செத்துங் கெதியில்லண்டு இந்தக் கெழவி ஒருத்தி கெடக்கா. அவளால என்ன முடியப் போவுது?" என்று, நிறுத்தி நிறுத்தி மூச்சை உள்ளிழுத்துப், பலவீனப்பட்டுப்போன குரலில் பேசினான். அவனுடைய குரலை அவளுக்கு ரொம்பவும் பிடிக்கும். அதில் ஒரு இனிமை உண்டு. இவ்வளவு கஷ்டத்திலும் அந்தக் குரல் மட்டும்

அவனுக்குச் சாகவில்லை. அவளுடைய மார்போடு அவனைக் கட்டிப்பிடித்து, அவனை அள்ளி எடுத்து, ஒரு ஆவேசத்துடனும் வெறியுடனும் தழுவிக்கொண்டாள்.

"என் அதிகாரி ஒங்களச் சாவவிட மாட்டேன்" என்று மேலும் மேலும் அவனை நொறுங்கப் பண்ணுகிறதுபோல இறுக்கினாள். அவளுடைய புஷ்டியான கைகளுக்குள்ளே அவன் துவண்டு தலையைத் தொங்கப்போட்டுக் கிடந்தான்.

அவனுக்கு வயசு முப்பத்தி ஏழாகிறது. அவனை, அவன் முகத்தை, உடம்பைப் பார்த்தால் முப்பத்தி ஏழு வயசு மாதிரி இருக்காது. அறுபது வயதுக்கு மதிக்கலாம். எலும்புகள் முற்றிப் போய் துருத்திக்கொண்டிருந்தன. எல்லா வயசையும் அந்த இரண்டு கண்களும் வாங்கிப் பத்திரப்படுத்தியிருக்குமோ என்னவோ? எவ்வளவு ஆசை நிரம்பிய கண்கள் அவை. இத்தனைக்கும் இரண்டு கண்களுமே பூனைக் கண்கள்தாம்.

அவன் அழுகிறான் போலும். அவளுடைய சேலையில் கண்ணீர்த் துளிகள் தெறித்தன. இருதயம் சட்டென்று அவனுடைய முகத்தைத் தூக்கிப்பிடித்தாள். க்ஷவரம் செய்யாத கன்னத்தினூடே கண்ணீர் வழிந்துகொண்டிருந்தது. அவள் முகத்தைக் கைகளில் ஏந்தினபடியே சேலைத் தலைப்பை இழுத்துக் கண்களைத் துடைத்துவிட்டாள். அவனை அந்த நேரத்தில், தன்னுடைய பிரியமான ஆண் குழந்தையாக எண்ணினாள். அவனைத் தோளில் சாற்றினபடியே வெகு நேரம் வரை கட்டில் விளிம்பில் உட்கார்ந்திருந்தாள்.

எவ்வளவு சந்தோஷமாக இருந்த வாழ்வு இப்படிச் சீரழிந்து போயிற்று. தெருவில் அவனும் அவளுமாய்ச் சேர்ந்து போகிறதைப் பார்த்து எத்தனை பேர் பொறாமைப்பட்டார்கள். அவனுக்கும் அவளுக்கும் கல்யாணமானபோது அவளுடைய தங்கச்சி பிலோமியே எவ்வளவு பொறாமைப்பட்டாள்.

கல்யாணம் ஆன புதுசில் அவர்கள் இரண்டு பேரும் கன்னியாகுமரிக்கும் திருவனந்தபுரத்துக்கும் புறப்பட்டார்கள். எவ்வளவோ சொல்லியும் பிலோமி கேட்கவில்லை. அவளும் கூடப் புறப்பட்டுவிட்டாள். அப்போதுதான் பிலோமிக்கு எஸ். எஸ். எல். சி. பரீட்சை முடிந்திருந்தது. எஸ். எஸ். எல், சி. பரீட்சை எழுதின எல்லாப் பெண்பிள்ளைகளுக்கும் திடீரென்று பரீட்சை முடிந்த உடனேயே ஒரு பெரிய மனுஷிக்குரிய தோற்றம் வந்துவிடும். எங்கோ தூரத்தில் சம்பாத்தியம் பண்ணுகிற புருஷனை விட்டுப் பிரிந்து அவனுடைய சொந்த ஊரில் அவன் சுற்றத்தார்களுடன் இருந்துவாழுகிற ஒரு பெண்ணின் ஏக்கமும் சுமைகளும் கூடி

விட்ட ஒரு அசாதாரணமான தோற்றப் பொலிவு ஏற்பட்டு விடும். பிலோமிக்கும் அந்தப் பொலிவு வந்திருந்தது.

யாரோடும் பேசவே கூடாது போலவும், பேச வேண்டும் போலவும் ஒரு வினோதமானதொரு மனக் கஷ்டம் வந்துவிடும். எங்கே, எவ்வளவு பேரோடு இருந்தாலும் ஒரு தனிமை அவளிடம் இருந்துவந்தது. மலைமீது சாயங்காலப் பொழுதில் தன்னந்தனியாய் ஏறிப்போகிற அந்தகாரம் மனசில் இருந்தது. எப்போதும் ஒரு யோசனை கிடந்து மனசை அலையவைக்கும். அது எது பற்றி என்று கேட்டால் லேசில் சொல்லிவிட முடியாது. அது ஒரு யோசனைதான். அதைத் தவிர வேறு எதுவும் தெரியாது. வாய்க்காலுக்குப் போய்விட்டு வருகிற வழியில், புறவாசலில் பாத்திரங்கள் கழுவுகிறபோது, கோழிக்குத் தீனியைச் சிதறி விட்டு அவைகள் தின்கிறதைப் பார்த்துக்கொண்டிருக்கும்போது, அடுப்புக்கு முன்னால் உட்கார்ந்து தீ எரிகிறதைப் பார்த்துக் கொண்டிருக்கும்போதென்று அந்த யோசனை வந்துவிடுகிறது.

அக்காவுக்குக் கல்யாணம் ஆன பிறகு, அக்காவுடைய அத்தானைப் பார்த்த பிறகு அவளுடைய யோசனை பின்னும் வலுவாயிற்று. அக்காமீது காரணமில்லாமல் கோபம் வந்தது. நேற்று வரை ஒன்றாகப் படுத்து, ஒன்றாகச் சிரித்திருந்த அக்கா வின் பேரில் சொல்லமுடியாத பொறாமை வந்துவிட்டது.

அக்காளுக்கும் அத்தானுக்கும் வீட்டில் கீழ ஓரத்து அறையைக் கொடுத்திருந்தார்கள். எப்போதும் வீட்டில் முதலில் எழுந்திருக்கிறவள் அக்காதான். அத்தான் வந்த பிற்பாடு எழுந்திருக்க நேரமாயிற்று. ஏழு மணி வரை அடைத்துக்கிடந்த கதவைப் பார்த்து பிலோமியுடைய மனசிற்குள் ஒரு ஆத்திரம் வந்தது. அக்காள் கல்யாணச் சோர்வும், கலைந்த தலையுமாக வருகிறதைப் பார்த்து கோபம் கோபமாக வந்தது. கல்யாணம் ஆனால் ராத்திரிகூடப் பட்டுச்சேலைதான் உடுத்த வேண்டுமா? சாயந்தரம் எவ்வளவு அழகாக இருக்கிற பட்டுச்சேலை காலையில் ஏன் அவ்வளவு கசங்கிப் போய்விடுகிறது? தலையில் அந்தப் பூவெல்லாம் உதிர்ந்து வெறும் நாறும், வாடிப்போன சில பூக்களுமாய், ஏன் அந்த அழகான மல்லிகைச் சரம் தொங்க வேண்டும்? அக்காவுடைய கண்களில் ஏன் அந்தக் கள்ளம் புகுந்தது? வீட்டில் இருக்கும்போதும் அக்கா நெளிவு மோதிரம் தான் போட்டிருந்தாள். அப்போதெல்லாம் அது மோதிர மாகவே அவளுக்குப் பட்டதில்லை. ஆனால் கல்யாணமான பிற்பாடு நெளிவு மோதிரம் போட்டிருக்கிற அந்த விரலுக்குக் கூட அழகு வந்துவிட்டது. குறிப்பாக எண்ணெய் தேய்த்துக் குளித்த நாளெல்லாம் அக்கா பார்க்க அழகாக இருந்தாள்.

இருதயமும் அவள் புருஷனும் அவளோடு ரொம்பவும் பிரியமாக இருந்தார்கள். ஆனால் பிலோமியால் அப்படி இருக்க முடியவில்லை. ஒரு மாதம் வரை பிலோமியால்அவர்களோடு பேசவே முடியவில்லை. அதற்கும் ஒருநாள் அவளுக்கு ஒரு வழி தெரிந்தது.

அத்தான் குளிக்கிறதுக்காக வெந்நீர் போட்டுவைத்திருந்தது. வழக்கமாக அக்காள்தான் தண்ணீர் மொண்டுகொடுப்பாள். அன்று இருதயம் வீட்டுக்கு விலக்கமாக இருந்தாள். பிலோமிக்கு ஒரு குரூர சந்தோஷம் உண்டாயிற்று. அம்மா, பிலோமியை வெந்நீர் மொண்டுகொடுக்கச் சொன்னாள், முதலில் வேண்டாம் போலவும் வெட்கமாகவும் இருந்தது. ஆனாலும் போய் அவனுக்கு வெந்நீர் மொண்டுகொடுத்தாள். ஒரு ஆணுக்கு ஒரு பெண் வெந்நீர் மொண்டுகொடுக்கிறதில் என்ன இருக்கிறது? அது ஒரு சாதாரண காரியம். அவளே அப்பாவுக்குக் குளிக்கத் தண்ணீர் மொண்டுகொடுத்திருக்கிறாள்.

சேசய்யா சிரித்துக்கொண்டே வெந்நீரை வாங்கிவாங்கி ஊற்றினான். அவன் வாங்கி ஊற்ற ஊற்ற பிலோமிக்கு வெளியே சொல்லமுடியாத சந்தோஷம் பொங்குகிறது. அந்தச் சந்தோஷ ஊற்று எங்கிருந்து புறப்பட்டது என்று தெரியவில்லை. வெந்நீர் மொண்டுகொடுப்பதில் இவ்வளவு சந்தோஷத்தை அவள் ஒரு நாளும் அனுபவித்தது கிடையாது. அவளுடைய பாவாடையெல்லாம், தாவணியின் விளிம்புகள் எல்லாம் நனைந்து விட்டன. இன்னுங் கொஞ்சம் முழங்கால்வரை நனையாதா என்று ஆசைப்பட்டாள். ஒரு பானை தண்ணீர் எவ்வளவு நேரத்துக்கு இருக்கும்? நாளைக்கு அம்மாவிடம் சொல்லிக் கூட ஒரு பானைத் தண்ணீர் வெந்நீர் போடச் சொல்ல வேண்டும் என்று நினைத்தாள்.

பிறகு அந்த யோசனைகளே அவளுக்கு இல்லாமல் போயிற்று. அத்தானுடன் இருக்கிறது ரொம்பவும் பிடித்திருந்தது. அத்தானை எப்போதாவது தொட்டுவிட்டால் பெருத்த சந்தோஷமாகப் போயிற்று.

இந்த சந்தோஷத்தை மேலும் அடைய விரும்பித்தான் பிலோமி – அக்காளோடும் அத்தானோடும் கன்னியாகுமரிக்கும் திருவனந்தபுரத்திற்கும் புறப்பட்டாளோ என்னவோ? பஸ்ஸில் அத்தானுக்குப் பக்கத்தில் ஜன்னலோரமாக உட்கார்ந்து கொண்டாள். இருதயம் ஒன்றும் சொல்லவில்லை. அவளுக்கு எல்லாம் புரிந்ததுபோல தங்கச்சியினுடைய செய்கைகளைப் பார்த்துச் சிரித்துக்கொண்டே இருந்தாள்.

கன்னியாகுமரியில் மடத்தில் சேசய்யாவுடைய சித்தப்பா சாமியாராக இருந்தார். அங்கே அவரைப் பார்த்து ஆசீர்வாதம் வாங்குவதாகத்தான் போனார்கள். கடலில் குளிக்கும்போது சேசய்யாவினுடைய ஒரு கையை இருதயமும், மற்றொரு கையை பிலோமியும் பிடித்துக்கொண்டார்கள். தண்ணீரோடு தண்ணீராய் கைகளை இறுகப் பிணைத்துக்கொண்டிருப்பது எவ்வளவு சுகமாக இருந்தது. பிலோமி கடலைவிட்டு வரவே சம்மதப்படவில்லை. அவளை இழுக்காத குறையாய் சேசய்யா கரைக்குக் கூட்டிக்கொண்டு வந்தான். இருதயம் முதலிலேயே கரைக்கு ஏறியிருந்தாள். தங்கச்சிக்குத் தலையைத் துவட்டி விட்டாள். பிலோமியுடைய தலையை இதற்கு முன்னால் ஊரிலிருக்கிறபோது இருதயம் பலதடவை துவட்டியிருக்கிறாள் இப்படி. தலைதுவட்டுகிறபோது தங்கச்சியின் மீதுள்ள அன்பு அதிகமாகிவிடுகிறது. அந்த நெருக்கத்தினால் மட்டும் அவ்வளவு பிரியம் வந்துவிடுமா? அப்படித்தான் என்றால் இது மிகவும் வேடிக்கையான விஷயம்தான். எல்லாமே நேற்று நடந்தது போலிருக்கிறது.

அந்த வாரம் பிலோமி, அத்தானைப் பார்க்கிறதுக்கு காலேஜிலிருந்து கண்டிப்பாக வருகிறதாக 'டேஸ்காலர்' பிள்ளையிடம் ஹாஸ்டலிலிருந்து சொல்லிவிட்டிருக்கிறாள். அவளுக்குத் தேவையான எண்ணெய், சோப்பு, வெளுத்த சில துணிமணிகள் எல்லாம் வாங்கிவைக்க வேண்டும் என்று நினைத்தாள் இருதயம். அவளுக்குப் பிரியமான சாளை மீன் குழம்பும் வைக்க வேண்டும். சனியும், ஞாயிறும்தான் வீட்டில் இருப்பாள். இரண்டே நாள்தான் வீட்டிலிருப்பாள் என்றாலும் இரண்டு மாதம் இருந்துவிட்டுப் போகிறதுபோல வீட்டைக் குதூகலப்படுத்த அவளுக்குத் தெரியும். அவள் வந்துவிட்டால் சேசய்யாகூட அதிகமாக இருமலினால் கஷ்டப்பட மாட்டான். அவனுக்கு முன்னால் ஸ்டூலை இழுத்துப் போட்டுக்கொண்டு தன்னுடைய காலேஜ் கதைகளை ஓயாது பேசுவாள். விசேஷமான விஷயங்களென்று எதுவும் இருக்காது.

காலேஜ் ஹாஸ்டலில் கடைசிப் பாத்ரூமில், பல வருஷங் களுக்கு முன்னால் தற்கொலை செய்துகொண்ட ஒரு மாணவி யின் கெட்ட ஆவி உலாவுகிறதாகவும் அதைப் பார்த்த ஒரு சிநேகிதி மயக்கம் போட்டு விழுந்ததையும் சொல்லுவாள். அந்தக் கடைசி பாத்ரூமின்மீது அந்தக் கெட்ட ஆவிக்கு அப்படி என்ன விருப்பம் என்றால், அதுதான் அந்தத் துர்மரணம் எய்திய பெண் தினமும் குளிக்கிற பாத்ரூமாக இருந்திருக்கும்.

காலேஜுக்கு முன்புறமுள்ள சிறிய பார்க்கில் தோட்டக் காரன் வைத்து வளர்த்த புதிய பதியன் செடி பூப்பூத்திருந்ததை

அவர்கள் மாடியிலிருந்து பார்த்த ஒரு காலை நேரத்தைப்பற்றி விவரிப்பாள். எல்லாமே இதுபோல சாதாரண விஷயங்கள்தான். ஆனால், கேட்கிறவர்களுக்கு அதில் ஏதோ முக்கியமான காரியம் ஒளிந்திருக்கிறது போலவும் கொஞ்சம் கவனத்தைத் தவறவிட்டு விட்டாலும் அந்த முக்கியமான செய்தியைத் தவற விட நேரிடுமென்றும் எண்ண வைக்கிறபடி அதை சுவாரஸ்ய மாகக் கூறுவாள். கேட்ட பிறகு யோசித்துப் பார்த்தால்தான் தெரியும், அவள் சொல்லிய விஷயம் எவ்வளவு அற்பமானதென்று.

அவர்களுடைய காலேஜ் வழியாகத்தான் ரெட்டியார் பட்டிக்குப் போகிற செம்மண் ரோடு போகிறது. அந்த வழியே ஒரே ஒரு பஸ் மட்டும் பக்கத்துக் காலனி வழியாக ரெட்டியார் பட்டிக்குப் போய்வரும். அவளுடைய காலேஜ் கொஞ்சம் மேடான இடத்தில் இருக்கிறது. சில இடங்கள் மட்டும் சற்றுத் தாழ்வான இடங்களாக இருந்தன. அப்புறம் அந்த ரோடு, திரும்பவும் ஒரு சிறிய மேட்டில் ஏறும். இரண்டு பக்கமும் பரந்த சமவெளி. மாடுகளை அங்கே தான் மேய்க்கிறதற்கு ஓட்டிக் கொண்டு வருவார்கள். அவர்களுடைய ஹாஸ்டல் கட்டிடம் தான் காலேஜிலேயே கடைசிக் கட்டிடம். அந்த மாடியிலிருந்து பார்த்தால் அந்த ரோடும், பள்ளமான இடத்திலிருக்கிற காலனி வீடுகளும், மறுபுறம் காலேஜை ஒட்டி இருக்கிற சமவெளியும் பார்க்க அழகாகத்தான் இருக்கும்.

ஒரு தடவை மழைக் காலத்தில், ஒரு சனி ஞாயிறு விடுமுறையில் அக்காவுடைய வீட்டுக்கு வந்திருந்தாள். அந்த மழையில் அந்த ரெட்டியார்பட்டிக்குப் போகிற செம்மண் ரோடும் சமவெளியெங்கும் முளைத்திருந்த பசும்புற்களும், மழையில் நனைந்துபோயிருந்த தூரத்துக் காலனி வீடுகளும், வெகு அழகாக இருந்தன. புலர்ந்தும் புலராமலுமிருந்த காலை நேரத்தில் முதல் டவுன் பஸ் அந்த ஊருக்குள், மழையில் அரிப்பெடுத்திருந்த செம்மண் ரோட்டில் விழுந்து விழுந்து மெதுவாகப்போன அழகை, அந்த ஊருக்கு டவுன் மார்க்கெட்டி லிருந்து சைக்கிளில் காய்கறி மூட்டையை ஏற்றிக்கொண்டு தூரத்து மேட்டில், ரோட்டின் ஓரமாக ஒருவன் சைக்கிள் விட்டுக் கொண்டு மெதுவாகப் போனதை, அந்த ஊரிலிருந்து மேட்டில் இறங்கித் தலையில் கூடையுடன் வருகிற தயிர்க்காரிகளை, காலையில் பள்ளிக்கூடத்துக்கு யூனிபாரமும், புஸ்தகப் பையுமாகச் சேர்ந்து சேர்ந்து போன காலனி வீடுகளின் பிள்ளை களை, தூரத்துக் காட்டுக்குள்ளிருந்து அந்தப் புல்வெளிகளி னூடே ஒரே ஒரு ஒற்றை ஆட்டை மட்டும் ஓட்டிக்கொண்டு மறைந்துபோன ஒரு சின்னப் பையனைப் பற்றியெல்லாம் அவள் சொன்னதைக் கேட்டு மறுநாள், ஞாயிற்றுக்கிழமை

சாயந்திரம் அவளை ஹாஸ்டலில் கொண்டு வந்துவிடுகிற சாக்கில் அவளோடு கூட இருதயமும் சேசய்யாவும் அந்த ரோடு ஏறுகிற மேட்டு நிலம் வரை போய்ப் பார்த்துவிட்டு வந்தார்கள். அந்த மேடுவரை போய்விட்டுத் திரும்பும்போது மழை பெய்ய ஆரம்பித்துவிட்டது. நனைந்தபடியே மூன்று பேரும் திரும்பவந்தார்கள். அவளுடைய ஹாஸ்டல் அறைக்குப் போய் உடம்பைத் துவட்டிக்கொண்டு, இரவு வெகு நேரம் கழித்து மழை நின்ற பிறகுதான் புறப்பட்டார்கள். அவள் சொன்னது போலவே அந்த இடங்கள் எல்லாம் அபூர்வமான மழைக் காலத்து அழகுடன்தான் இருந்தன.

பிலோமி சின்ன வயசிலேயே இப்படித்தான் கதை சொல்லுவாள். எல்லோரும் பார்த்த, கேட்ட விஷயங்களாகத் தான் அவை இருக்கும். ஆனால் அவளுடைய வாயிலிருந்து அவை மந்திரச் சொற்களாக, வேதத்திலே எழுதப்பட்டிருக்கிற, தேர்ந்தெடுத்த வேத வார்த்தைகளைப்போலே புறப்பட்டு வந்து எல்லோரையும் மயக்கிவிடும். அந்த வித்தையை அவள் எப்படியோ தெரிந்து வைத்திருந்தாள்.

சேசய்யாவை உறங்கப் பண்ணின பிறகு இருதயம் ரொம்பவும் சோர்வாக இருந்ததைப்போல உணர்ந்தாள். நாளை வெள்ளிக்கிழமை. சனி, ஞாயிறு ஏற்கெனவே லீவுதான். பிலோமியும் வருவாள். பிலோமியை நினைத்ததுமே திரும்பவும் அவளுக்கு ஒரு தெம்பு வந்தது. லீவு லெட்டரை எழுதி எடுத்துக்கொண்டு, எதிர்த்த ஹென்றி மதுரநாயகம் பிள்ளை வீட்டுக்குப் போனாள். அவருடைய மூன்றாவது மகள் அற்புத மேரி அவளுடைய வகுப்பில்தான் இருக்கிறாள். அவளிடம் லீவு லெட்டரைக் கொடுத்துவிட்டு வரப்போனாள்.

வீட்டை விட்டுப் படியிறங்கினால்தான் அந்தத் தெரு எவ்வளவு சின்னது என்கிறது அவளுக்கு ஞாபகத்துக்கு வரும். இரண்டே எட்டில் எதிர்வரிசை வீட்டு வாசல்படிக்கல்லை மிதித்துவிடலாம். அந்தத் தெருவுக்குள் யார் வீட்டுக்காவது கார் வந்து நின்றால் தெருவை அடைத்துக்கொண்டு, அளவெடுத்துச் சொல்லிச் செய்து, ஓட்டிக்கொண்டுவந்து நிறுத்தினதுபோல இருக்கும். சுவரோரமாக – ஒரு ஆட்டுக்குட்டி மட்டுமே ஒண்டி நிற்கிற இடைவெளிதான் கிடக்கும். அந்தத் தெருவைப்பற்றி எபன் ஒரு கவிதை எழுதியிருந்தான். அந்தக் கவிதை 'ரெயினீஸ் ஐயர் தெருக்காரர்களும் சாணை பிடிப்பவனும்' என்கிற தலைப்பிலே ஒரு பத்திரிகையில் வந்தது. அந்தக் கவிதை வந்தபோது அதை அந்தத் தெருவில் எல்லோரும் ஆச்சரியப்பட்டு வாசித்துப் பார்த்தார்கள். தங்கள் ஒவ்வொருத்தருடைய பெயரும் அச்சிலே வந்துவிட்டதுபோலச் சந்தோஷப்பட்டார்கள். அந்தத்

தெருவைப்போல அவ்வளவு குறுகலான சிறிய தெருவை அவர்களில் யாரும் வேறு எங்கேயும் பார்த்தது இல்லை. அவர்களும் அதைப்பற்றி எண்ணிப் பாராதவர்கள் இல்லை. அதையும் ஒருவன், அதுவும் அடைக்கலாபுரம் கோயில் பாதிரியார் ஜேம்ஸ் ஐயாவுடைய பையன் கவிதை எழுதி விட்டது அவர்களுக்கெல்லாம் சந்தோஷமாக இருந்தது. அவன்கூட அதையெல்லாம் எல்லோருக்கும் காட்டப் பிரியப்படவில்லை. ஆனால் டாரதிதான் அதை வீடுவீடாகக் கொண்டுபோய் எல்லோருக்கும் வாசித்துக் காட்டினாள். அவள், ஒரு வீட்டில் வாசித்துக் காட்டுகிறது அடுத்த வீட்டுக்குக் கேட்கும் படியாக வாசித்துக் காட்டினாள். சந்தோஷமும் பெருமையும் பொங்க அந்தக் கவிதையை வாசித்தாள். அந்தக் கவிதையைப் பற்றி, அது வெளிவந்ததைப்பற்றி எல்லோருமே சந்தோஷமாகப் பேசினார்கள். எபனை மிகவும் உயரமான இடத்தில் வைத்துப் பெருமைப்படுத்தினார்கள். அவனைத் தங்களுடைய தலைவனைப்போல மதித்தார்கள். அவனுக்காக ஒவ்வொருவரும் உள்ளூர, ஏதாவது செய்ய வேண்டும் என்று விருப்பப்பட்டார்கள். எபனுக்கு எல்லாம் வேடிக்கையாக இருந்தது.

இருதயம் லீவு லெட்டரைக் கொடுத்துவிட்டுத் திரும்பும் போது, ஹென்றி மதுரநாயகம் பிள்ளை வீட்டு வாசலில் அவருடைய மகள் அற்புதமேரியிடம், "அற்புதம், நீ பள்ளிக்கூடம் போவயில திருத்துன காப்பி நோட்டு வூட்ல இருக்கு. அதையும் எடுத்திட்டுப் போயி கிளாஸில புள்ளைககிட்டக் குடுத்திரு." என்று தெருவில் ஒரு காலும் படிக்கல்லில் ஒரு காலுமாகத் திரும்பி நின்றபடி சொன்னாள். அற்புதமேரி பணிவாக அழிக்கம்பி நிலைப்படியைப் பிடித்தவாறு தலையை ஆட்டினாள்.

மூன்றாவது வீடு

இருதயத்து டீச்சர் போன பிறகும், அற்புதமேரி அங்கேயே நின்று டீச்சர் வீட்டுக்குள்ளே போய் மறைகிற வரையிலும் பார்த்துக்கொண்டு நின்றிருந்தாள். அவளுடைய டீச்சரே வீட்டுக்கு வந்துவிட்டதில் அவளுக்கு அளவில்லாத சந்தோஷம். அதை அன்று அவள் தன் வகுப்புப் பிள்ளைகளிடம் கண்டிப் பாகப் பெருமையுடன் சொல்லப்போகிறாள். அதெல்லாம் சொல்லிப் பெருமைப்படக் கூடிய விஜயம்தான். ஒரு டீச்சர் தன்னுடைய மாணவியை வந்து பார்த்துவிட்டு, ஒரு காரியம் செய்யச் சொல்லிவிட்டுப் போகிறது என்ன சாதாரணமானதா? எத்தனை பிள்ளைகளுக்கு இந்த மகிழ்ச்சி இருக்கப்போகிறது?

டீச்சர், என்றால் என்ன எண்ணம் இருக்கும் அவர்கள் மனசில்? பிரம்பும், கையுமாக அதட்டி மிரட்டுகிற, உருண்டைக் கண்களுடன் உயரமான, தடியான பெண்தான் டீச்சர் என்பவள். அவள் சொன்னதை எல்லாப் பிள்ளைகளும் கேட்க வேண்டும். எதிர்த்துப் பேசினால் எச்–எம் அறையில் போய் நிற்க வேண்டும் எச்எ–ம் அறை பெரிய அறை, அந்த அறையைப் பார்த்தாலே அடி வாங்கின பயம் வந்துவிடும். எச்எ–ம் ஒரு சுவரோரமாக மேஜையில் தலையைத் தொங்கப் போட்டபடி குனிந்து கிடப்பாள். அவ்வளவு பெரிய அறையில், செய்த தப்புக்காகக் கதவோரத்தில் ஒதுங்கித் தனியாக நிற்பதே எவ்வளவு துயரத்தைத் தருவது. அதற்குப் பிறகு எச்–எம். விசாரித்து, தண்டனை தருகிற சமயத்தில் உடம்பில் உயிர் என்கிறது நிலைத்து நிற்குமா? கண்டிப்பையும் அதிகாரத்தையும் மீறின ஒரு பெண் அல்லவா அவளைத் தேடி வந்து அந்த லெட்டரைக் கொடுத்துவிட்டுப் போனாள். அவளை அவள் அக்கா என்று சொல்லலாமா?

அற்புதமேரி இருதயத்தைப் பள்ளிக்கூடத்தில் வைத்துத் தான் டீச்சர் என்று கூப்பிடுவாள். வீட்டுக்கு வந்துவிட்டால், ஏதாவது பாடத்தில் சந்தேகம் என்று கேட்கிறதுக்காக அவள் வீட்டுக்குப் போனால், தானாகவே மனசில் அவளை அக்காவாகத் தான் எண்ணுகிறாள். அப்படியே கூப்பிடவும் செய்கிறாள். அந்த அந்நியோன்யத்தை இரண்டு பேருமே ரொம்பவும் விரும்பினார்கள்.

குளிர்ச்சி மிகுந்த நடைப் படிக்கல்லிலேயே உட்கார்ந்து கொள்ள வேண்டும்போல ஆசைப்பட்டு அப்படியே உட்கார்ந்து கொண்டாள் அற்புதமேரி. வாசல் நெடுக காம்பவுண்ட்டுக் குள்ளே நின்றிருந்த வாகை மரம் பூக்களை உதிர்த்துக்கிடந்தது.

சில பூக்கள் இன்னாசி அத்தை தெளித்திருந்த சாணித் தண்ணீரில் பட்டு லேசாக நிறத்தை இழந்துபோயிருந்தன. காலை நேரத்துக் காற்று வீசினதில் வீடு பூராவிலும் மணம் பரவியிருந்தது.

ஒவ்வொரு நேரத்துக்கு அந்த மணம் ஒவ்வொரு மாதிரி இருக்கும். மத்தியான வேளையில் அவசரம் அவசரமாகப் பள்ளிக்கூடம் விட்டுச் சாப்பிட்டு விட்டுப் போகவரும்போது அந்த மணம் அதிகமாக இருக்கும். சாயந்தரம் திடீர் திடீரென்று விட்டுவிட்டு வாசனையடித்துக்கொண்டிருக்கும். இரவில் படிக்க உட்காருகிறபோது வாசனை ஒரு மாதிரி இருக்கும். பின்னால் அடுப்படியில் உட்கார்ந்து சாப்பிட்டுக்கொண்டிருக்கிற போது அந்த வாசனை ஏக்கம் நிரம்பியதாக இருக்கும். படுக்கப் போகிறதுக்கு முன்னால், எல்லாரும் வீட்டில் இருந்தால் வரிசை யாக முழந்தாள் படியிட்டு ஜெபம் பண்ணுவார்கள், எப்போ தாவது தான் இப்படிக் கூடியிருந்து குடும்ப ஜெபம் சொல்ல முடியும். பல நாட்களில் அற்புதமேரி மட்டிலும் தனியே படுக்கையில் தலையணையில் முகத்தைப் புதைத்துக்கொண்டு ஜெபம் சொல்லுவாள். சின்னச் சின்ன முணுமுணுப்புகளாய் யாருக்கும் கேளாதபடிக்கு ஜெபம் சொல்லுவாள். சாம்ஸன் அண்ணனுக்கு நல்ல புத்தி வர வேண்டுமென்று ஸ்வாமியிடம் வேண்டிக்கொள்கிற இடத்தில், திரும்பத்திரும்ப நின்று மன்றாடு வாள். அப்போதும் இந்தப் பூ வாசனை, வாசல் படியை எல்லாம் தாண்டி உள்ளே வரும். அவளுக்கு அம்மாவுடைய ஞாபகம் வராமல் போகாது அப்போது!

யாருமே வீட்டில் சரியில்லை என்று மட்டும் அற்புத மேரிக்குப் பட்டது. ஏன் இப்படி எல்லாரும் இருக்கிறார்கள் என்று அவளுக்குத் தெரியவில்லை. அப்பாகூட சரியில்லை என்று எல்லோரும் சொல்லுகிறார்கள். அப்பா மறைமுகமாகப் பல காரியங்களைச் செய்கிறதாகச் சித்தப்பா உட்பட எல்லோரும் சொல்லுகிறார்கள்.

எத்தனையோ வருஷங்களுக்கு முன்னால் ஒரு விஷயம் நடந்தது. அதைவைத்து அண்ணனை மோசமானவன் என்று எல்லோரும் சொல்லுகிறார்கள். அதை நினைத்துப்பார்த்தால் அண்ணன் மோசமானவன்தான் என்று சொல்ல வேண்டும். அண்ணன் மட்டும் ஏன் இப்படி மோசமானவனாக ஆனான்? எல்லோரும் நல்லவர்களாக இருக்கும்போது அண்ணனும் அப்பாவும் மட்டும் ஏனிப்படி ஆனார்கள். இன்னாசி அத்தை இருதயத்து டீச்சர், எபன் அண்ணன், டாரதி அக்கா எல்லாரும் எவ்வளவு நல்ல மனுஷர்கள். எல்லோருமே பிரியமாகப் பழகுகிறார்கள். பள்ளிக்கூடத்திலும், வெளியிலும் அவள்

பேரில் உயிரையே வைத்திருக்கிறவர்கள் எவ்வளவு பேர்கள் இருக்கிறார்கள்? சொந்த வீட்டில் அப்பாவும் அண்ணனும் மட்டும் இப்படியில்லையாமே.

அவளுக்கென்ன தெரியும்? எல்லோரும் சொல்லுகிறது தான். அப்பா அன்பாக இல்லையென்று சொல்ல முடியாது. அவளுக்குத் தேவையான பாடப் புத்தகங்கள், நல்ல உடுப்புகள் எல்லாம் தைத்துக் கொடுத்துவிடுகிறார். அவளுக்கு இதை யெல்லாம்விட வேறு என்ன வேண்டும்?

நல்லதாகப் போர்வை இல்லை. போர்த்திக்கொள்ளுகிற போர்வையில், கால் பக்கம் கிழிந்துவிட்டது என்று ஒரு தடவை சொன்னாள். பனிக்காலம் வேறு வந்து துன்புறுத்தியது. காலையில் கொஞ்சம் சோம்பலாய் உறங்க, மூடிக்கொள்ள அவசியம் போர்வை வேண்டியதிருக்கிறது. ஒரு நாள் அப்பா விடம் சொன்னாள். மிகப்பெரிய போர்வை ஒன்று வாங்கிக் கொண்டு வந்து தந்தார். நல்ல வீதியான போர்வை, ஆறேழு முழ நீளமிருக்கும். நல்ல உரமான நூலில் பூ வேலைப்பாடு களுடன் பின்னப்பட்டிருந்த போர்வையைக் கொண்டுவந்து தந்தார். புதுப்போர்வையில் கஞ்சிப் பசை மணமும் நூல் மணமும் இருந்தது. அதை முகர்ந்து முகர்ந்து பார்த்து எல்லா வீடுகளிலும் காட்டிவிட்டு வந்தாள். முதல் முதலாகக் காட்டினது இருதயத்து டீச்சர் வீட்டில்தான். அன்று சாம்ஸன் அண்ணன் வீட்டில் இல்லை. அவன் இருந்தால், அவனிடம் தான் காட்டி யிருப்பாள். அண்ணனின் மீது அன்பில்லாத தங்கையென்று அற்புதமேரியைச் சொல்லிவிட முடியாது. எல்லோரும் அவனை வெறுத்துப் பேசினாலும் அவள் மட்டும் இறுதிவரை அண்ணனை நேசிப்பாள். எல்லோரும் சொல்லுகிறதெல்லாம் நிஜம் தானோ?

ஒரு தடவை அண்ணன் ஏதோ மோசமான செய்கை யொன்றைச் செய்துகொண்டிருக்கும்போது அவள் பார்த்து விடவில்லையா? மோசமான செய்கை என்பதாக இதைத் தான் எல்லோரும் சொல்லுகிறார்களா?

அதைப் பார்த்த சமயத்தில் அவளுக்குக் கூச்சமாக இருந்தது. உண்மை. இதுவரை அப்படியெல்லாம் பார்த்ததே இல்லை. அப்போது என்ன வயசு, பத்து இருக்குமா, கூடவா? மருதகுளத்து டீச்சர் வகுப்பில் தான் அப்போது அவள் படித்துக் கொண்டிருந்தாள்.

மாடியில் தான் தவிட்டுப் பானை இருக்கிறது. தவிட்டுப் பானைக்குள் தான் கோழிகள் இடுகிற முட்டைகளைச் சேர்த்து வைத்திருப்பார்கள். விசுவாசத்துக்காக மாடியில் முட்டை

எடுக்க வந்தாள். விசுவாசம் மாடிக்கு வந்து எடுக்க முடியாத படி அடுப்படியில் பல வேலைகள் இருந்தன. எஸ்தர் சித்தி ஊரிலிருந்து வந்திருந்த சமயம் அது.

அவள் இரண்டு அடுப்புகளையும் மூட்டி அவள் எஸ்தர் சித்திக்காக விசேஷமான சாப்பாடு தயாரித்துக்கொண்டிருந்தாள்.

மாடி அறைக் கதவை திறக்கும் முன்பே ஒரு வினோதமான சத்தத்தைக் கேள்விப்பட்டாள். சிறு சிறு, விபரமற்ற பேச்சுக் குரல்களாக அந்தச் சத்தம் கேட்டுக்கொண்டிருந்தது. சன்னல் ஒருக்களித்துச் சாற்றப்பட்டிருந்தது. சத்தம் சிறிது பயத்தையும் உண்டு பண்ணிற்று என்றாலும், அதைக் குறித்து தெரிந்து கொள்ளும் ஆர்வத்தையே அதிகமாகத் தந்தது. ஒருக்களித்த ஜன்னல் இடைவெளியினூடே பார்த்தாள்.

படுக்கை விரிப்பில் எஸ்தர் சித்தியும், சாம்ஸன் அண்ண னும் கிடந்தார்கள். என்ன விசித்திரமாகக் கிடந்தார்கள், அவர்கள். நடுக்கமாக இருந்தது அவளுக்கு. உள்ளங்கால்களில் வியர்த்து விட்டது. நிற்க முடியாது போல ஆகி ஜன்னலின் உளுத்துப் போன கட்டைகளைப் பிடித்துக்கொண்டாள்.

எஸ்தர் சித்தி ஏன் இவ்விதமாக ஈடுபட்டாள்? இது சரியான காரியமில்லை என்று தான் அவர்களை படுக்கை விரிப்பில் பார்த்த சமயத்தில் பட்டது. மறைமுகமாகப் பண்ணு கிறது எதுவும் நல்ல காரியம் இல்லை என்றுதான் அவள் உணர ஆரம்பித்திருந்தாள். எஸ்தர் சித்தி கூட இதைச் செய்தாளே! இது என்ன வேடிக்கை! சாம்ஸன் அண்ணன், சித்திக்கு மகன் அல்லவா ஆக வேண்டும். நினைக்க நினைக்க நடுக்கமாக இருந்தது; கீழே இறங்கிப்போக மிகுந்த சிரமப்பட்டாள் என்று தான் சொல்ல வேண்டும். விசுவாசம் அத்தை, “முட்டையை எடுத்தாரலை யாம்மா?” என்று கேட்டாள்.

“தவுட்டுப் பானையில் இருந்த முட்டையெல்லாம் காலியாப் போச்சு போல. முட்டையே காணோமே!” என்று சொன்னாள். விசுவாசத்தின் முகத்தைப் பார்த்து சொல்ல முடியாமல் தரையைப் பார்த்துக் கொண்டேதான் இப்படிச் சொன்னாள்.

இதற்குப் பிற்பாடு நடந்த விஷயங்கள்தான் ஆச்சரிய மானவை. அதன் பிறகு அற்புதமேரி எப்போதையும்விட சாம்ஸன் அண்ணனிடமும், எஸ்தர் சித்தியிடமும் மிகுந்த பிரியத்தோடு இருந்தாள். வகுப்பில்கூட ஒரு பெரிய முதிர்ந்த பெண்ணைப்போல நடந்துகொண்டாள். யாரிடம் எதுக்காக வும் சண்டை போட மனமே வரவில்லை. மிகுந்த சகிப்புத் தன்மை உடையவளாகிப் போனாள். எல்லாவற்றிலும் பரபரப்பு இல்லாமல் இருந்துகொள்ளத் தெரிந்ததும் அதற்குப்பின்புதான்.

எஸ்தர் சித்தி, அந்தத் தடவையும்கூட இரண்டு மூன்று தினங்கள் வீட்டில் இருந்துவிட்டுப் போனாள். சாம்ஸன் அண்ணனும் அவளும் எப்போதும் போலவே ஒன்றுமே நடக்க வில்லை என்பது போலப் பாவித்துக்கொண்டு இருந்தார்கள். எஸ்தர் சித்தியிடம் நல்ல கேலி உண்டு. அவளுடைய கேலிப்பேச்சுக்கு ஆளாகாதவர் யாருமே இருக்கமுடியாது. சிகரெட் பிடித்துப் பிடித்துக் கருத்துப்போன அப்பாவுடைய உதடுகளைப்போல, நல்ல கருத்துப்போன உதடுகள் எஸ்தர் சித்தியுடையவை. அதில் சதாவும் எச்சில் பட்டு ஒரு பளபளப்பு இருக்கும். அந்தப் பளபளப்பான உதடுகளினால் அற்புதமேரி யைப் பல தடவை முத்தமிட்டிருக்கிறாள். சிரிக்கிறபோ தெல்லாம் அந்த உதடுகள் பிளந்து நல்ல வெள்ளையான அரிசிப் பற்கள் வெளியே தெரிவது அழகாக இருக்கும். இன்னுங் கொஞ்ச நேரம் அவள் சிரித்துக்கொண்டே இருந்தால் பார்க்க வேண்டும்போல ஆசையைத் தூண்டுவதாக இருக்கும்.

எல்லோரையும் போலவே – அந்த விஷயத்துக்குப் பிற்பாடும் கூட –எஸ்தர் சித்தியுடைய கேலிப்பேச்சுக்கு சாம்ஸன் அண்ணனும் ஆளானான்.

ஒரு மத்தியான வேளையில், அது ஞாயிற்றுக் கிழமையாக இருந்தது. எல்லோரும் சாப்பிட்டுக்கொண்டிருந்தபோது சாம்ஸன் அண்ணன், “குழம்பு நல்லாவே இல்லை” என்று சொன்னான். எஸ்தர் சித்தி பிடித்துக்கொண்டாள்.

“ஏம்பா ஒன் வூட்டுக்காரி வந்து நல்லா வைக்கலைன்னா நீ சாப்புட மாட்டாயாக்கும்...” என்றாள்.

சாம்ஸன் அவளைப் பார்த்தான். ஆமோதிப்பும் இல்லாமல், வெறுப்பும் இல்லாமல் எதையோ நினைத்துக் கொண்டவன்போல அவளைப் பார்த்துவிட்டுப் பேசாமல் சாப்பிட ஆரம்பித்தான். எஸ்தர் சித்தி அப்பாவைப் பார்த்து பின்னும் சொன்னாள்: “அத்தான், ஒங்க மகனுக்குக் கல்யாணம் பண்ணி வையுங்க, வையுங்கன்னு எத்தனை தடவை சொல்லு தேன்! ஒவ்வொரு தடவை இங்க வரும்போதும் சொல்லிக் கிட்டே இருக்கேன். நீங்கதான் கேட்கமாட்டேங்கிறீங்க...”

அப்பா சிரித்துக்கொண்டே சாப்பிட்டார். பதில் சொல்ல வில்லை. ஊருக்குப் புறப்படுகிற அன்றைக்கும் அண்ணனை இந்தக் கேலிப் பேச்சிற்கே உள்ளாக்கினாள். “சாமுப்பா! ஒன்னய அடுத்த தடவ நான் பார்க்க வரும்போது கோயில்ல ஓல கூறணும்! என்ன ... சரிதானா?”

அளவற்ற ஆனந்தத்தையும், அமைதியையும் ஊரிலிருந்து கொண்டுவந்து எல்லோருக்கும் காட்டிவிட்டு எடுத்துக்கொண்டு போனாள் எஸ்தர் சித்தி.

திரும்பவும் முதல் வீடு

டாரதிக்கு அன்று தூக்கமே பிடிக்கவில்லை. ஊரிலிருந்து யாராவது வருகிறபோதும், எங்கேயாவது இவளே ஊருக்குப் போகிறபோதும் தூக்கம் வருகிறதே கிடையாது. மனசு வினோத மானதாக ஆகியிருக்கும். சந்தோஷம் பொங்கிவரும். கண்ணை மூடிக்கொண்டே படுத்துக் கிடப்பாள். சந்தோஷத்தில் அவள் பிறந்த குழந்தையின் உயரத்துக்கு வந்து, வீடு, தெருவெல்லாம் பெரிசாகப் போயிருக்கும். எதைப்பற்றி நினைத்தாலும் உயரமாக, பெரிசாகத் தெரியும். நினைக்க, நினைக்க மேலும், மேலும் அவள் குறுகிக்கொண்டே போவாள். மேலெல்லாம் கூச்சம் பரவும், அது சமயத்தில். ஆனந்தமான வினோதம்தான் அது. நாளைக்கு மங்களவல்லி சித்தி வருகிறாள். மாடியில் படிக்கிற எபன் அண்ணனுடைய சத்தம் ரொம்பவும் மெதுவாகக் கேட்டுக்கொண்டிருந்தது. தெளிவாக இல்லை, அவன் படிக்கிறது. தெளிவாகக் கேட்டால் நன்றாக இராது. இப்படியே கேட்டுக்கொண்டே இருக்க விரும்பினாள்.

அவனிருந்து படிக்கிற இடம் அநேகமாக அவள் படுத்திருக் கிற இடத்துக்கு நேர் உயரேதான் இருக்கும். இதைப்பற்றி டாரதி முதலில் யோசித்ததில்லை. இந்த விஷயத்தைத், தான் ஏன் முதலிலேயே யோசிக்காமல் போனோமென்று கொஞ்சம் வருத்தமாக இருந்தது. அவள் படுத்துக்கிடக்கிற இடத்துக்கு நேர் உயரே அவன் படித்துக்கொண்டிருக்கிறான். இப்படி நினைப்பது எவ்வளவு உவப்பாக இருக்கிறது? இதை இவ்வளவு நேரங் கழித்து யோசிக்க வேண்டி வந்ததே!

கண்களிலிருந்து தானே கண்ணீர் வந்தது. அழ வேண்டு மென்று அவள் யோசிக்கவில்லை. அப்படிக் கண்ணீர் வந்ததும் இன்னும் நல்ல விஷயமே.

நாளைக்கு இந்தப் படுக்கையில் அவளோடுகூட இந்தப் பக்கம் மங்களவல்லி சித்தியும், மறுபக்கம் ஜீனோவும் படுத்திருப் பார்கள். ஜீனோ இன்னும் பக்கத்தில் படுத்திருக்கிறவர்கள்மீது காலைத் தூக்கிப் போடுகிறவளாகத்தான் இருப்பாளா? சித்தி இதுபற்றி ஜீனோவை எத்தனை தடவை கடிந்துகொண்டிருக் கிறாள். சமயங்களில் ஜீனோ காலைத் தூக்கி மேலே போட்டு விடுவாள் என்பதற்காகவே தன் பக்கத்தில் படுக்கவைத்துக் கொள்வாள். நாளை இப்படி நடக்கவிடக் கூடாது. ஜீனோ அவள் பக்கத்தில்தான் படுக்க வேண்டும். ஒருவேளை இப்போது ஜீனோ பெரிய பிள்ளையாகி அந்தப் பழக்கத்தை விட்டிருப் பாளோ? அப்படியென்றால் அது மிகப்பெரிய நஷ்டம்தான்.

நாளைக் காலை ஜீனோ வந்ததும் அவளுடைய அந்தப் பழக்கத்தைப் பற்றித்தான் முதலில் கேட்க வேண்டும். அனேகமாக விட்டிருக்க முடியாது. விட்டிருக்கவும் கூடாது என்றே ஆசைப் ப்பட்டாள். எவ்வளவு இனிய, ஸ்நேகமான பழக்கம் அது. அதை எத்தனை வயசானாலும் ஜீனோ விடாமல் இருக்க வேண்டும். கல்யாணம் ஆனால்கூட ஜீனோ இவ்விதமே இருக்க வேண்டும். கல்யாணத்தைப் பற்றிய எண்ணம் வந்தபோது டாரதிக்கு ஓர் அபூர்வமான கூச்சம் வந்தது. அந்த இருட்டில் குளிர்ந்த காற்று வீசினது போலாயிற்று அவளுக்கு.

இவ்விதமான வேடிக்கை நிறைந்த யோசனைகளில் ஆழ்ந்துபோய்க் களைத்து உறங்கிப்போனாள் டாரதி.

டாரதி எபனைப் பற்றி யோசித்துக்கொண்டிருந்தபோது எபனும் உள்ளூர டாரதியை நினைத்துக்கொண்டிருந்தான். அவன் கண்கள் புஸ்தகத்தின் மீதிருந்தது உண்மையே. வாசித்துக் கொண்டிருந்ததும் நிஜமே. என்றாலும் அவன் மனம் முழுவதும் படிப்பில் இல்லை. டாரதி அவனுக்குச் சித்தி மகள்தான். அவனை அவள் அண்ணன் என்றே அழைத்து வந்தாள். இதில் பரிசீலனை செய்ய ஏதுமில்லை. டாரதியைப்பற்றி எபனுக்கு எப்போது ஞாபகத்துக்கு வருமென்று குறிப்பாகச் சொல்ல முடியாது. அன்று மாலை ஒரு இடத்தில் வைத்து டாரதி ஞாபகத் திற்கு வந்ததுக்கு இன்னும் ஆச்சரியப்பட வேண்டியவன். நூற்றாண்டு மண்டபத்தினுள் சுரேஷுடன் நின்று அந்த வருஷம் வரப்போகிற ஐ. எம். எஸ். விற்பனை விழாவைப்பற்றிப் பேசிக்கொண்டிருந்தான். திறந்திருந்த கதவு வழியே ஏற்கெனவே நுழைந்திருந்த குரு தெருப் பையன்கள் மேடைக்குப் பக்கத்தில் நின்று உற்சாகத்துடன் சிரித்துப் பேசிக் கொண்டிருந்தார்கள். நூற்றாண்டு மண்டபம் பூராவும், தரையில் கருங்கல் பாவியிருந்தது. சுரேஷிடம் பேசிக்கொண்டே திடீரென்று தரையைப் பார்த்தான். நீளநீளமான கல்தள வரிசையைப் பார்த்ததும் டாரதியின் முகம் கண்ணுக்குள் நின்றது. அந்தக் கருங்கல் தளத்திற்கும், டாரதிக்கும் என்ன உறவு இருக்கிறது? ஒரு மிகச்சிறிய காரணத்தைச் சொல்லலாம். அக்காரணம் இதுதான். டாரதியும், அவனும் சில நாட்களில் ஞாயிற்றுக்கிழமை ஊசிக் கோபுரம் கோயிலுக்குப் போகாமல் நூற்றாண்டு மண்டபத்தில் நடக்கிற ஸ்கூல் ஸர்வீசுக்கு வந்திருக்கிறார்கள். எபனுக்கு அப்போதெல்லாம், ஸர்வீஸ் நடக்கிறபோதெல்லாம் பெரும்பாலும் கவனம் கல்தள வரிசையில் இரண்டு கற்களுக்கு இடையே பொருத்திப் பூசியிருக்கிற சின்னஞ்சிறிய சுண்ணாம்புச் சாந்துக் கோட்டில்தான் இருக்கும். அதேபோல, மெல்லிய சுண்ணாம்புக் கோடுகளால் கல்லிடைக்குறிச்சியில், டாரதியின்

வீட்டிலும் தளவரிசைக் கற்கள் ஒன்றோடொன்று இணைக்கப் பட்டிருந்தன. அப்போது சித்தியும் இருந்தாள்.

டாரதியைப்பற்றி நினைக்கிறபோதெல்லாம் அவனுக்குக் கல்யாணியுடைய ஞாபகம் வந்துவிடுகிறது .

டாரதிகூட, கல்யாணி வீட்டுக்கு வந்துவிட்டால் அவர் மேல் எவ்வளவு பிரியமாக இருக்கிறாள். கல்யாணி வாரந்தோறும், சனிக்கிழமை சாயந்திரம் வருவார். வரும்போது ஒன்றையுங் கொண்டுவரமாட்டார். எபனும் டாரதியும் சனிக்கிழமை எவ்வளவு பெரிய வேலை இருந்தாலும் அந்த வேலையைத் தூர வீசி எறிந்துவிடுவார்கள். ஒரு துரதிருஷ்டம், கல்யாணி வந்தால் அவரிடம் அதிகம் பேசத் தோணாது டாரதிக்கு. எபனும் அவரும் உட்கார்ந்து பேசிக்கொண்டிருப்பதையே பார்த்துக் கொண்டிருப்பாள். வெகு நேரம் கழித்துத்தான் டாரதி பேச ஆரம்பிப்பாள். கல்யாணிக்கு எல்லாம் புரியும், சிரித்துக் கொண்டே நிதானமாக அவளோடு அதன் பின்பு பேச்சைத் துவக்குவார். கல்யாணி, யாரிடம் பேசினாலும், இரண்டு உதடு களுக்கு இடையிலேயும் ஒரு அழியாத சிரிப்பு கூடிநிற்கும். கல்யாணியுடைய குரலைப்போல ஊரில் எத்தனை பேருக்கு வாய்த்திருக்கிறதென்று எண்ணிப் பார்த்துவிடலாம். அந்தக் குரலில்தான் அந்த மனுஷனின் எல்லா ரகசியமும் இருக்கிறது போல யாருக்கும் தோணுகிறது இயற்கை. அக் குரலே பல சாயல்களைக் கொண்டிருந்தது. டாரதி தன்னுடைய பள்ளிக் கூடத்தைப்பற்றி விவரிக்கிறபோது கேட்டுக்கொண்டிருக்கிற குரல் வேறு மாதிரி இருக்கும். அவரிடம் ஒரு கிண்டல் உண்டும். அக் கிண்டல், டாரதியோடு பேசுகிறபோது வரும். அது யாரை யும் புண்படுத்தாத கிண்டலாய் இருந்தது, என்பது பெரிய விஷயமில்லை. எல்லாக் கிண்டல் பேச்சும் சிரிக்கத்தான் பண்ணும் என்பதே நிஜம். ஆயினும் கல்யாணியுடைய கிண்டல் சிரிக்கப் பண்ணினதோடு மட்டுமின்றி இன்னொரு காரியமும் செய்தது. அதுதான் வினோதமானது. அக்கிண்டலில் சொல்ல முடியாத பிரியம் இருந்தது. விவரித்துச் சொல்லக்கூடாத அப்பிரியம் ஆழமாக இருக்கும். இது கல்யாணியின் இயல்பு. இத்தனைக்கும் கல்யாணிக்கு என்ன வயதிருக்கும்? இருபத்தாறு வயதுபோல இருக்கலாம். அவருடைய பிரியத்தை உணர்ந்தால் இன்னுங் கொஞ்சம் வயசைக் கூட்டிச் சொல்லவேண்டியது வரும்.

கல்யாணி எத்தனை தடவை வந்துபோனாலும் டாரதி காபி போட்டுக்கொண்டு வந்து தராமல் இராள். அவரை உபசரிக்காமல் விட்டால் அது அவளை ஒன்றிரண்டு நாட்கள்

வரை மிகுந்த வியாகூலத்திலும், அளவற்ற மனச் சஞ்சலத்திலும் கொண்டுசென்று ஆழ்த்திப்போடும்.

எபன் வீட்டில் அவனுடைய அம்மா, அப்பா, தாத்தா வுக்கு எல்லாம் கல்யாணியைத் தெரியும். இதில் ஒன்றும் ஆச்சரிய மில்லை. அந்தத் தெருவில் எல்லா வீடுகளிலுமே கல்யாணியைத் தெரிந்திருந்ததுதான் ஆச்சரியம் – கல்யாணி வந்திருக்கிறது தெரிந்து விட்டால் எதிர்த்த வீட்டில் இருதயம் இருந்தால் வந்துபாராமல் இராள். இருதயத்துடைய அன்றாடப் பிரச்சனைகளையும் வேலைகளையும் பற்றிச் சொல்லிமுடியாது. ஆனாலும் அவள் கல்யாணி வந்திருக்கிறதைத் தெரிந்துகொண்டுவிட்டால், தன்னை ஒரு சிறிதாவது அத்தனை வேலைகளுக்கு இடையி லிருந்து மீட்டெடுத்துக்கொண்டு வந்துவிடுவாள்.

இருதயத்தினுடைய சகோதரி பிலோமிக்கும் கல்யாணியைத் தெரியும். பிலோமி கல்யாணியை இதுநாள்வரை இரண்டே இரண்டு தடவைதான் பார்த்திருக்கிறாள். பேசின பேச்சும் அப்படி யொன்றும் பிரமாதமான தொன்றுமில்லை. வெகு சாதாரண மான விஷயங்களையே பேசினார்கள். பிலோமி தன் அக்கா ளுடைய வீட்டுக்கு வருகிற சமயமெல்லாம் கல்யாணியைப் பற்றிக் கொஞ்ச நேரமாவது பேசாமல் இருந்ததில்லை. அக்கா விடம் பேசிவிட்டு எபன் வீட்டுக்கு வந்தால் அங்கேயும், பார்க்கிற எல்லோரிடமும் தனித்தனியாகப் பார்த்துக் கல்யாணியைப் பற்றி விசாரிப்பாள். இது என்ன விதமென்று அத்தனை லேசில் தீர்ப்பு வழங்குகிறது இயலாத காரியம்.

தியோடர்தான் கல்யாணியை முதல்முதலாக அந்தத் தெருவில் பார்க்கிற ஆளாக இருப்பான். அவனிருப்பிடம் தெரு முடிகிற இடத்திலுள்ள காளிமார்க் சோடா கம்பெனியின் வாசலாகத்தான் அந்த நேரங்களில் இருக்கும். கல்யாணியின் வீடு டவுனில் இருக்கிறது. அங்கிருந்து ஒண்ணாம் நம்பர் பஸ்ஸிலோ ஐந்தாம் நம்பர் பஸ்ஸிலோ வந்துவிடுவார். தெருவுக்கு எதிர்த்தாற் போலவே பஸ் நிற்கிற இடம் இருக்கிறது. தியோடர் அவரை பஸ்ஸிலிருந்து இறங்குகிறபோதே பார்த்துவிடுவான். தியோடருக்கென்று சில ஸ்நேகிதர்கள் உண்டு. அவர்களோடு அவன் பேசிக்கொண்டிருந்தாலும்கூட கல்யாணி பஸ்ஸி லிருந்து வருகிறதைப் பார்த்தால் அவசர அவசரமாக எழும்பிப் போய், அவர் ரோட்டைக் கடக்கிறதுக்குள் எதிரே போய் வரவேற்றுவிடுவான். அவன் பணிவையும் அவன் கல்யாணி யிடம் காட்டுகிற கனிவையும் கண்டால் அவன் தாயார் அற்புதமேரி டீச்சருக்கே கூட ஆச்சரியம் வந்துவிடும். அவரோடு காளிமார்க் சோடா கம்பெனிச் சுவரோரமாகவே

மெதுவாக நடந்து அவரைக் கூட்டிக்கொண்டு வருவான். பின்னர் ரெயினீஸ் ஐயருடைய கல்லறை வந்துவிடும். அதற்கப் புறம் தெருவுக்குள் தியோடர் வரவேமாட்டான். கல்லறைக்கு வேலியாகப் போட்டிருக்கிற இரும்பு அழிக் கம்பிகளைப் பிடித்துக்கொண்டே கொஞ்ச நேரம் கல்யாணியோடு கூடப் பேசிக்கொண்டிருப்பான். அவனுக்கும் தெரியும்; கல்யாணியை அடைக்கலாபுரம் பாதிரி வீட்டில் எபனும் டாரதியும், தன் வீட்டுக்குப் பக்கத்து வீட்டு இருதயத்து டீச்சரும் எதிர்த்த வீட்டில் அந்தச் சின்னஞ்சிறு பிள்ளை அற்புதமேரி உள்பட அனைவரும் எதிர்பார்த்திருக்கிறார்கள் என்று. சின்னச்சின்ன வார்த்தைகளாக அவருடைய வீட்டில் உள்ள எல்லோருடைய சௌக்கியத்தைப்பற்றியும் விசாரிப்பான். அவர் வீட்டில் உள்ளவர்கள் யாரையும் அவன் பார்த்தது கிடையாது. ஆனாலும் கல்யாணி வீட்டிலிருக்கிறவர்களையெல்லாம் பேர் பேராக அறிந்துவைத்திருந்தான். அவர்களையெல்லாம் சொல்லி சௌக்கியம் கேட்பான். குறிப்பாக கல்யாணியுடைய கடைசித் தங்கச்சியைப் பற்றி இரண்டு தடவையாவது கேட்டு விசாரியாமல் இரான். இது தவிர அவரிடம் தியோடர் வேறு எந்தப் பேச்சும் பேசினதில்லை. ஒவ்வொரு வாரம் சனிக்கிழமை யும் இதே விதமாகவே அவன்அவரைக் காளிமார்க் கம்பெனி கடைக்கு முன்னே எதிரே சென்று நடுரோட்டிலேயே பார்த்து அழைத்துவந்து, அந்தக் கம்பெனியின் உயரமான சுவரின் ஓரமாகவே அவரை அழைத்துச் சென்று அந்தக் கல்லறைவரை மட்டுமே கொண்டுவந்து விட்டு விட்டுப்போவான். இதில் அவனுக்கு என்ன ஆனந்தம் கிடைத்ததென்று தெரியவில்லை. ஆனாலும் அத்தெருக்காரர்களின் பரிதாபத்துக்குரியவனான தியோடர் இக்காரியத்தில் ஏதோ அமைதியைக் கண்டடைந் தான் என்பதே சரியான விஷயம். கல்யாணியைப் பார்த்ததுக் காக, அவரோடு அத்தனை பிரியம் கொண்டு பேசினதுக்காக வாவது தியோடர் அன்றிரவு குடிக்காமல் இருக்கலாம். ஆனால் ஏனோ அவனால் அன்றுகூடக் குடிக்காமல் இருக்க முடியாது போயிற்று. இது அவனின் துரதிருஷ்டமென்றே–அத்தெரு வில் எல்லோரும் நினைத்து வருத்தப்பட்டார்கள். அவனைக் குறித்தும், ஹென்றி மதுரநாயகத்து வீட்டு மூத்த பையன் சாம்ஸனைக் குறித்தும் கவலைப்படாதவர்கள் யாருமில்லை. இத்தனை மோசமான குடிகாரனாக தியோடர் இருந்தும், அவனால் அத்தெருவில் அவனைப் பார்த்துக் குரைக்கிற அக்கருப்பு நாய்க்குக் கூட கேடு வந்தது கிடையாது. அந்த நாய்க்கும் அவனுக்குமுள்ள முகப் பரிச்சயம் வெகு நாட்களானது. இருந்தும் அந்நாய்க்கு தியோடர் மீதொரு கசப்பு வளர்ந்திருந் தது. இதற்கு எவ்விதமான காரணங்களும் கிடையாது. அது

அவனை எப்போது கண்டாலும் குரைத்தே தீரும். இருப்பினும் தியோடர் அந்தக் கருப்பு நாயை ஒரு நாள்கூடக் கடிந்து கொண்டது கிடையாது. அவன் நினைத்தால், அந்த நாய் அவனைக் கேவலப்படுத்துகிறதுபோல வருகிறபோதும் போகிற போதும் குலைத்துத் தொலைக்கிறதுக்கு, அதைக் கொன்றே போட்டிருக்கலாம். ஆனால் அவன் அதைப் பேச்சுக்குக்கூடத் திட்டினது கிடையாது. இத்தனையாய் மென்மையானவன் இத்தியோடர்.

அந்தத் தெருவிலே அவனுடைய அம்மா உள்படத்தான் தியோடரை யாரும் அவ்வளவாக விரும்பமாட்டார்கள். அத்தனை பேருக்கு நடுவிலேயும் ஒரே ஒருவன் தியோடரையும் நேசித்தான் எனில் அது எபனைத் தவிர வேறு யாருமில்லை. டாரதிக்குத் தியோடரைப் பற்றி விருப்பமும் இல்லை. வெறுப்பு மில்லை.

எபன் தியோடரை உள்ளூரத் தன்னுடைய உடன் பிறந்த தமையனாகவே பாவித்தான். எபனோடு பிறந்தவர்கள் ஆணுமில்லை! பெண்ணுமில்லை! இதனால்தான் எபன் தியோடரையும் டாரதியையும் இவ்வளவாய் விரும்பினானோ என்னவோ? எப்படியானாலும் அத்தெருவில் யாரும் யாரையும் நேசிக்காமல் இருந்துவிடவில்லை. தியோடரையும் சாம்ஸனை யும் கூட யாரும் நேசிக்காமல் இருந்துவிடவில்லை. சாம்ஸன் யாரிடம் மனப்பூர்வமாக விரும்பி அன்பு செலுத்தினான் என்பதைச் சொல்லுவது கடினம். எஸ்தர் சித்தியிடமாவது அவன் உள்ளூர அன்பு செலுத்தாமல் இருந்திருக்க முடியாது, மதுரநாயகம் பிள்ளை வீட்டுக்கு எதிர்த்த வீட்டு டீச்சரும் தியோடரின் அம்மாவுமான அன்னமேரி டீச்சர் சமயம் கிடைத்தபோதெல்லாம் தன்னுடைய எதிர்வீட்டைப் பற்றிப் படுகேவலமாகவே சொல்லித் திரிந்தாள். அப்படிச் சொல்லித் திரிந்ததில் அவள் மிக்க ஆனந்தம் அடைந்திருக்க வேண்டும். குறிப்பாக அந்த வீட்டுப் பையன் சாம்ஸனைப் பற்றி அவளுக்கு நல்லெண்ணமே இல்லாதிருந்தது.

இதற்கு யாரையும் குற்றம் சொல்ல முடியாது. அவரவர்கள் போக்கில் ஒருவரை ஒருவர் வெறுக்கிறார்கள் அல்லது நேசமுட னிருந்து பிரியம் செலுத்துகிறார்கள். வெறுப்பதற்கு அதிகமான விஷயமென்று எதுவும் வேண்டியதில்லை. ஏதாவது ஒரு சிறு நிகழ்ச்சி, ஊரார் பார்த்து அருவருக்கிற ஒற்றைக்கொரு காரியம் போதும். வெறுப்பது, எப்போதுமே லகுவானது. இல்லாமல் போனால் அன்னமேரி டீச்சர் தம் மகனையொத்த அந்தப் பையன் சாம்ஸனை அருவருத்து ஒதுக்க எவ்விதக் காரணமும் இல்லை. அன்னமேரி டீச்சருக்குக் கொஞ்சம் அடக்கம்

போதாது. இத்தனை வயசான மனுஷிக்கு தன்னுடைய உடம்பை அவ்வளவு ஞாபகமாக மறைத்துக்கொள்ள வேண்டியது அவ்வளவு முக்கியமில்லைதான். அன்னமேரி டீச்சருக்கு ஸ்தூலமான உடம்புபோல் தோற்றமளித்தாலும், பிரச்சனைக்குரிய ஒரு அம்சம் அவளிடத்தில் இருந்ததும் உண்மை, புறவாசலில், முன் வாசல் கதவையெல்லாம் தாழ்ப்பாள் போட்டுவிட்டு அம்மணமாய் நின்று குளிக்கும்போது அவளுடம்பின் காந்தி அவளையே வெகுவாக ஆச்சரியப் படவைப்பதை இல்லை என்று யாரும் மறுக்க முடியாது.

சாம்ஸன் ஆசை ஏதோவொரு விதமாய் அன்னமேரி டீச்சரிடமிருந்தது. அது, அன்னமேரி டீச்சர் தன் ஞாபகமின்றி மேல் தொடைவரை சொருகின சேலையும், மூடி மறையாது அலட்சியமாய் போட்ட மார்புகள் அலைவதைத் திருட்டுத் தனமாய்ப் பார்ப்பது தவறென்று படாமலில்லை. அச் செய்கையை அவனால் நிறுத்த முடியவில்லை என்பதே கடைசியான உண்மை! என்ன செய்வான் சாம்ஸன்?

அந்த வீட்டுச் சிறுபிள்ளைக்கு அளவு கடந்த அறிவு இருந்தது. ஆனால் பல விஷயங்களை, அச்சின்னஞ் சிறு பெண்ணான அற்புத மேரிக்கு அறிந்துகொள்ளும் பெலம் கிடையாது. ஏதோவொரு உணர்ச்சிகள் அவளுக்கு உள்ளூர இருந்ததால் அப்பெண் குழந்தை அண்ணன் சாம்ஸனைக் கெட்ட ஆவி பிடித்திருக்கிறது என்று மட்டும் உணர்ந்து கொண்டாள். அந்த அறிவுள்ள பெண் பிள்ளை, ஸண்டே கிளாஸ் பிரேயரிலும், பள்ளிக்கூட பிரேயரிலும், ஞாயிற்றுக் கிழமை கோயில் ஜெபத்திலும் நிறைய நேரம் தன்னுடைய அண்ணனுக்காகப் பிரார்த்தித்துக்கொள்ளத் தவறவில்லை. அந்தச் சிறு பெண் பிள்ளையால் எப்படி அந்த வீட்டைப் பீடித்துள்ள பெருந்துயரைப் போக்கி ஓட்டிவிட முடியும்? தன்னால் எல்லாம் சரியாகுமென்ற நம்பிக்கையுடனே அவள் மனமுருக வேண்டிக்கொண்டாள்.

நான்காவது வீடு

திரும்பத்திரும்ப மழை பற்றியே பிரஸ்தாபிக்க வேண்டிய திருக்கிறது. ரெயினீஸ் ஐயர் தெரு மனுஷர்கள் எல்லாருமே மழையின் அடிமைகள். மழை பெரும் துக்கத்தை அளித்தது. ஆயினும் மழையை விரும்பாமல் போய்விடவில்லை. மழைக்

காலத்தில் பயத்தோடும் ஆனந்தத்தோடும் வீடுகளுக்குள்ளிருந்து வேடிக்கைப் பார்த்தார்கள்.

டாரதியும் இருதயமும் மழையில் நனைகிறதில் மிகுந்த ஆசை கொண்டவர்களாக இருந்தார்கள். ஆனால் ஒரு துரதிருஷ்டம் இருதயமும் அப்பெண் டாரதியும் மழையில் நனைய முடியவில்லை.இருதயம் இப்போது சிறு பெண்ணில்லை! அவள் ஒருவனுக்கு மனைவியாகவும், ஒரு பள்ளிக்கூடத்து ஆசிரியையாகவும் ஆகிவிட்டாள். டாரதிக்கோ வீட்டுப் பெரியவர்களின் பயமே அதிகமிருந்தது.

நான்காவது வீடு ஆசீர்வாதம் பிள்ளையினுடைய வீடு. தெருவிலேயே வெகுவாகப் பாழ்பட்ட வீடாக அது இருந்தது. ஆசீர்வாதம் பிள்ளையும், அவருடைய மனைவியுமான ரெபேக்காளும் அந்த வீட்டில் வாழ்ந்துவந்தார்கள். வீட்டுக்குள் நுழைந்தாலே அழுக்குத் துணிகளும், நீர் வற்றுத் தரையும் படுமோசமான வாசனையைத் தரும். அந்த வீட்டுக்குள் யாரும் போக ஆசைப்படவில்லை. முக்கியமாக அத்தெருவில் அந்த வீட்டுக்குச் சென்றுவந்தவர்களையே, எந்தெந்தச் சமயங்களில் என்று யோசித்துப் பார்த்துச் சொல்லிவிடலாம். ஒவ்வொரு மாதமும் ஏழு தேதிகளிலிருந்து பத்து தேதிகளுக்குள் ஒருவர் அந்த வீட்டிற்கு வந்து, இருண்டும், தரையெல்லாம் நீர் வற்றால் ஈரமாகியும் இருக்கிற பட்டக சாலையில் நின்று மணியார்டர் பாரத்தில் ஆசீர்வாதம் பிள்ளையிடம் கையெழுத்து மட்டும் வாங்கிப்போவார். அவர் அந்தத் தெரு தபால்காரர். அவருக்குக் கொடுக்கிறதுக்காகவென்று ஒவ்வொரு மாதமும் கடைசி நாட்களில் எப்படியாவது ஒரு நாலணாவை மிச்சம் பிடித்து ரெபேக்காளிடம் கொடுத்துவைத்திருப்பார். அந்த நாணயத்தைத் தபால்காரர் வாங்கிக்கொண்டு போகிற வரைக்கும் அதற்குப் பல சோதனைகள் நேரும். வீட்டில் இல்லாமல்போன பல சாமான்கள் அந்த நாலணா நாணயத்தை விழுங்கிவிடத் துடிக்கும். அமைதிக்கும் கண்டிப்புக்கும் பேர் போன ஆசீர்வாதம் பிள்ளை அந்த நாணயத்தை மணியார்டர் பணம் வாங்குகிற கடைசி நாள் வரையிலும் காப்பாற்றித் தபால்காரரிடம் தருவதற்குத் தவறியதே இல்லை. இதிலே ஆசீர்வாதம் பிள்ளைக்குச் சந்தோஷம் இருந்தது.

கடைசியாகப் போன வருஷம் கிறிஸ்துமஸுக்கு முன்பொரு மழை வந்ததில் அந்த வீட்டின் இன்னொரு அறையும் இடிந்துவிட்டது.இந்த அறைக்கு அப்பால் இன்னொரு. அறையும் இருந்தது. அதுதான் அந்த வீட்டின் அடுப்படியாகப் பயன்பட்டு வந்தது. அந்த அறையின் கூரையில் நாழி ஓடுகள்

வேயப்பட்டிருந்தன. அறையப்பட்டிருந்த பட்டியல்களெல்லாம் இற்றுப்போய் வளைந்தும், சில பட்டியல்கள் கீழே விழுந்தும் போயிருந்தன. உட்பகுதி பூராவிலும் கரிப் புகையால் மண்டிக் கிடந்தது. அந்த அடுப்படியில் இருந்த வாசனையில் கரிப் புகையின் நெடியோடு மீன் கழுவின நாற்றமும் எப்போதும் இருந்தது. ஒரு சமயத்தில் உயரமான மேஜை அடுப்பு இருந்தது. அந்த அடுப்பை உபயோகப்படுத்தின ரெபேக்கா ளுக்குச் சலிப்பு வந்து, சிலகாலமாகத் தரையில் கூட்டடுப்பை மட்டுமே வைத்து இரண்டு நாட்களுக்கொரு தடவைதான் சமையல்செய்து வந்தாள். கையெல்லாம் வினோதமான வெடிப்பு வந்துவிட்டது. அவளுக்கு நகங்களில் பலமே இல்லை. அதை ஒரு தட்வை வெட்டிவிட ஆசீர்வாதம் பிள்ளை எடுத்துக் கொண்ட முயற்சிகள் வீணானதுடன், அவளுடைய பெருவிரல் நகமும் கையோடு கழன்று வந்து பல நாட்கள் யாதொரு காரியமும் செய்யமுடியாமல் போயிற்று. கஷ்டமும் தனிமை யும் நிரம்பிய அத்தம்பதிகளின் கடைசி நாட்களில் அந்த நகம் கழன்றுவிழுந்து பெரும் துயரத்தைக் கொண்டுவந்து சேர்த்து விட்டது. அந்தக் கைவிரலைச் சொஸ்தப் படுத்துவதற்காக வெகு காலத்திற்குப் பின்னர், இரண்டு பேரும் வீட்டை விட்டு வெளியே வந்து பக்கத்திலிருந்த ஆஸ்பத்திரிக்கு நடந்தே போனார்கள். அந்தக் காட்சி பார்த்தவர்களின் மனதைக் கஷ்டப்படுத்தாமல் இல்லை. அத்தெருவில் அக்கிழத் தம்பதி களுக்கு எல்லோருமே உதவ வேண்டியதுதான் நியாயமான காரியம். துரதிஷ்டவசமாக அந்தத் துயரமான சமயத்தில்கூட அவர்களுக்கு உதவ யாருமே முன்வரவில்லை. ஒரே ஒரு மனிதன் மட்டும் தன் போக்கில் அவர்களுக்கு உதவி புரிந்தான். அவன் பெயர்தான் தியோடர்.

அவர்களுக்கு உதவக் கூடாது என்கிற நினைப்பில் யாரும் இருக்கவில்லை. அடைக்கலாபுரத்துக் கோயில் பாதிரியார் வீட்டில் பெரியவர்கள் யாரும் உதவக்கூடியவர்கள் இல்லை. டாரதியுடைய சித்தப்பாவும், எபனுடைய அப்பாவுமான ஜெயராஜ் ஐயர் வினோதமானவர். கிறிஸ்தவத் திருச்சபையில் அவரொரு சிறந்த பிரசங்கியாக மதிக்கப்பட்டார். அவர் மனைவி டெய்ஸிக்கும் அவருக்குக் கிடைத்த மதிப்பில் பெரும் பங்கு கிடைத்துவந்தது. எபன் உதவக்கூடிய பையனேதான் என்றாலும் அவனுக்குப் பல விஷயங்களை மறந்துபோகத் தெரிந்தால் ஆசீர்வாதம் பிள்ளை, ரெபேக்காள் தம்பதிகளுக்கு உதவ வேண்டும் என்ற ஞாபகம் வந்திருக்கும். டாரதியால் என்ன உதவி செய்ய முடியும்? அவளே அம்மாவை இழந்து அப்பாவால் இன்னொருத்தர் வீட்டில் கொண்டுவந்து விடப் பட்டிருக்கிறாள். அந்த வீட்டில் தனக்கு விருப்பப்பட்டதை

நிறைவேற்றிக்கொள்ளும் சுதந்திரம் அவளுக்கு இல்லை. அவர்களை ஆஸ்பத்திரிக்குக் கூட்டிச் செல்லுகிற நேரத்தில் வீட்டில் யாரும் இல்லாமல் இருந்தால் எபனுடன் தனியாக இருந்து எவ்வளவோ பேச முடியுமே. எபன் அண்ணனோடு பேசுவதைவிட அக்கிழட்டுத் தம்பதிகளுக்கு உபகாரம் செய்வதை எந்த விதத்திலும் பெரிய விஷயமாகவே அவளால் கருத முடியாது. டாரதிக்கு எபன் அண்ணனைவிடப் பெரிய வஸ்துவோ, காரியமோ உலகில் இருக்க முடியாது. இதற்காக அவளை நிந்தனை செய்ய முடியாது, அவ்வளவு சின்ன வயசில் அம்மாவைச் சாகக் கொடுத்துவிட்டு அப்பாவால் அடுத்த வீட்டில் வளர விடப்பட்ட பெண்ணுக்குக் கிடைக்கிற அன்பையும் இரக்கத்தையும் விடப் பெரியது எதுவும் இல்லை. இதையெல்லாம் எபன் அண்ணனிடமிருந்து பெறுகிறாளே டாரதி! இத்தனை சின்னஞ்சிறிய வயதில் அவள் அடைந்த துயரங்களை தியோடரைப்போல் குடித்துவிட்டு மறந்துகிடக்க முடியாது. அவள் ஒரு கிறிஸ்தவப் பெண், அதுவும் பாதிரியார் குடும்பத்துப் பெண். மேலும் அப்பா அவளை எவ்வளவு ஒழுக்கமான பிள்ளையாக இருக்க வேண்டுமென்று சொல்லி விட்டுப் போயிருக்கிறார். அப்பாவின் அன்பும் அவளுக்குப் பெரிதே! அதை அவள் காப்பாற்ற வேண்டியது எவ்வளவு முக்கியமான விஷயம். அந்தச் சின்னப் பெண்ணுக்குத் தேவையான முழு அன்பையும் தயவையும் எபன் அண்ணன் அவளுக்குத் தந்தான்.

தியோடரின் காரியம் அப்படி இல்லை. அவன் தன்னிடம் எவ்வளவோ அன்பை வைத்திருந்தான். அதைப் பெற்று ஆனந்தித்தவர் கல்யாணியைத் தவிர வேறு யாருமில்லை. அவனைப் பெற்ற தாயாருக்குக்கூட இப்பாக்கியம் கிடைக்க வில்லை. அவனுடைய அன்பெல்லாம் ஒரு காலம் எலிஸபெத்தின் மீதிருந்தது. அப்போது தியோடர்தான் எவ்வளவு உண்மையும் ஒழுக்கமும் நிறைந்தவனாக இருந்தான். அது நிஜமாகவே மிக மோசமான ஒரு விஷயம்.

ஆசீர்வாதம் தம்பதிகளை ஆஸ்பத்திரிக்குக் கூட்டிச் சென்று கொண்டுவிடுவதில், அந்த ஒரு வாரத்திற்கும் தியோடர் குடிக்கவே இல்லை என்பது அன்னமேரி டீச்சருக்கு இன்றும் விளங்காத ஆச்சரியமாக இருந்துவருகிறது. அந்த ஒரு வாரமும் தியோடர்தான் எவ்வளவு சந்தோஷமாக இருந்தான். துரதிருஷ்டம் யாரை விட்டது? ரெபேக்காளுக்கு அந்த நகம் விழுந்த பெருவிரல் காயம் விரைவிலேயே குணமாகிவிட்டது.

ஆசீர்வாதம் பிள்ளையும் ரெபேக்காளும் வெகு காலத்துக்குப் பின்பு மூங்கில் பட்டியல் அடித்திருந்த அவர்கள் வீட்டுத்

தாழ்வாரத்தில் கிடந்த பழைய மர பெஞ்சில் தியோடரையும் தங்களோடு உட்கார வைத்துக்கொண்டு வெகு நேரம் இருந்தார்கள். அயல் மனுஷர்களின் ஆதரவே கொஞ்சம்கூட இல்லாமல்போன அவர்களுடைய வாழ்க்கையில், கடைசி நாட்களில் இப்படியொருவன் வந்து உபகாரங்கள் செய்தது எவ்வளவு உயர்வான விஷயம். அவனிடம் நிறையப் பேச வேண்டும் என்று ஆசீர்வாதம் பிள்ளை ஆசைப்பட்டார். ஆனால் பேசாமலேதான் இருந்தார். பேசி என்ன ஆகப் போகிறது என்று நினைத்துப் பேசாமலே இருந்தார். இது ஒரு கஷ்டமான நிலைதான் என்றாலும் யாரால் இதுபோன்ற தருணங்களில் பேச முடியும்? ரெபேக்காளும் பேசவில்லை. மூவருமே அந்தப் பழைய மர பெஞ்சில் இருந்து ஒரே விஷயத்தை யோசித்துக்கொண்டிருந்தார்கள், இந்த ஒற்றுமையே பேச விடாமல் பண்ணிவிட்டது. சிறிது நேரம் கழித்து தியோடரேதான் இதைச் சொன்னான். அவன் பேச்சு இதுவரை அவனே கேட்டிராத படி இருந்தது. அவன் சொன்னதெல்லாம் இதுதான். அவன் ஆசீர்வாதம் பிள்ளையைத் தாத்தா என்று கூப்பிட்டு "நான் போய்விட்டு வாரேன்" என்று சொன்னான்.

இந்த நிகழ்ச்சிக்குப் பின்னே தியோடர் மிதமிஞ்சிக் குடித்துத் தெருவில் விழுந்துகிடந்தான். அவனை மணந்து கொண்ட அந்தத் துர்ப்பாக்கியவதி எலிஸபெத் இருந்திருந்தால் அவன் இவ்விதம் கிடக்க நேரிட்டிருக்காது. ஆனாலும் யாரென்ன செய்ய முடியும்? அவள் சாவு அவளுக்குப் பக்கத்தில் இருப்பதை அவள் அறிந்திருந்தால், தியோடரிடம் அவன் நல்வாழ்வுக்குத் தேவையான எவ்வளவோ விஷயங்களைச் சொல்லி, அவனிடம் சத்தியம் வாங்கியிருப்பாள். ஒருவேளை எலிஸபெத் இருந்திருந்தால், ஆசீர்வாதம் – ரெபேக்காள் தம்பதி களுக்கு இவ்வளவு உபகாரம் செய்ய அவனுக்கு மனம் வந்திருக்காதுதான்.

ஆதரவற்ற அக்கிழத் தம்பதிகளுக்கு இன்னொரு முறையும் தியோடர் உதவுகிற சந்தர்ப்பம் வாய்த்தது. அதை வாய்க்கப் பண்ணினதும் மழையேதான். பெலமிழந்துபோன ரெபேக்காள் மேஜை அடுப்பில் தூக்கி இறக்கிச் சமையல் செய்யமுடியாமல் தான் தரையில் கூட்டடுப்பை வைத்துச் சமையல் செய்து வந்தாள். ஒரு காலத்தில் அந்த மேஜை அடுப்பு அந்த வீட்டில் எவ்வளவு இன்றியமையாததாக இருந்தது. காலையில் காபிக்குப் பற்றவைத்த அடுப்பு இரவு ஆசீர்வாதம் பிள்ளைக்குத் தோசை சுட்டுக்கொடுக்கிற நேரம் வரையிலும் எரிந்துகொண்டிருந்த காலமெல்லாம் எவ்வளவு சீக்கிரமாக முடிந்துபோய்விட்டது.

அந்தத் தெருவிலேயே முதல்முதலாக மேஜை அடுப்புப் போட்டது ஆசீர்வாதம் பிள்ளையுடைய வீட்டில்தான். அந்தக் காலத்தில் இந்த மேஜை அடுப்புக்காகவே ரெபேக்காளுக்கு ஒரு பெருமை இருந்தது. அப்பெருமையை அவள் கல்யாண வீடுகளிலும்,வெளியூர்களுக்குப்போன இடங்களிலும் காண்பிக்கத் தவறியதே கிடையாது. இத்தனை பெருமையோடு இருந்த அந்த மேஜை அடுப்பும்கூடக் கடைசியில் உபயோகமற்றுப் போய்விட்டது, ஆச்சரியந்தான்.

அந்நிய மனுஷர்கள் அருவருத்து ஒதுக்குகிற மோசமான பழைய அழுக்குத் துணிகளும், நீர் வற்றுத் தரையின் வாடையும் வர ஆரம்பித்ததே கொஞ்ச நாளைக்கு முன்னால்தான்! ஆசீர்வாதம் பிள்ளை பள்ளிக்கூடத்தில் வேலை பார்த்துக் கொண்டிருந்த வரையிலும் அந்த வாடையே இல்லை. அவருடைய மகனுக்குக் கல்யாணமாகி வெளியூருக்குச் சென்ற பிற்பாடுதான் படுமோசமான அந்த வாடை வீட்டுக்குள் நுழைந்தது. அந்த வாடை எப்படியோ கொஞ்சங்கொஞ்ச மாய்த் தானாகவே உண்டாகிவிட்டது. அது வயசான உடம்புகளி னின்றும் வீசும் ஒரு வாடை. இரண்டு பேரின் உடம்புகளிலுமே அந்த வாடை வந்து விடாப்பிடியாய் ஒட்டிக்கொண்டது. அப்புறம் அது அந்த வீட்டை விட்டு அகலவே இல்லை.

ஆசீர்வாதம் பிள்ளை பள்ளிக்கூடம் போய்க்கொண் டிருந்த போது இருந்த வாடையை இப்போதுகூட ரெபேக்கா ளுக்கு ஞாபகமிருக்கிறது. அது பேப்பரும் சாக்பீஸும் கலந்த வாடை, அந்த வாடை ரெபேக்காளுக்கு மிகவும் பிடித்தமான வாடையாக அப்போது இருந்தது. தன் புருஷனிடத்தில் அவள் நேசித்தது இரண்டே விஷயங்கள். ஒன்று அவருடைய காது மடல்களில் வளர்ந்திருந்த நீளநீளமான முடிகள். இன்னொன்று அவர் உடம்பிலிருந்தும் அவருடைய உடைகளிலிருந்தும் சாக்பீஸும் பேப்பரும் கலந்து அடிக்கிற வாடை. ஆசீர்வாதம் பிள்ளை ரிட்டையர் ஆன பிறகு அவளுக்கு விருப்பமான அந்த வாடை அவரைவிட்டுக் கொஞ்சங்கொஞ்சமாகப் போனதை ரெபேக்காளே கூடயிருந்து பார்க்க வேண்டியது வந்தது மிகவும் துரதிருஷ்டமானது என்றே சொல்ல வேண்டும்.

வயசாக வயசாக ரெபேக்காள் உடம்பில் இருந்த வாடையும் மாறிக்கொண்டே வந்தது. அவளுடம்பில் எப்போதும் காய்ச்சின பாலின் முறுகலான வாடையும், அவ்வப்போது அவள் செய்த சமையலின் மணமும் கலந்து ஒரு விதமான வாடை இருந்தது. பெட்டியிலிருந்து சேலை எடுத்துக் கட்டிக் கொண்டாலும், சேலையின் மணத்தோடு அப்பாலின்

முறுகலான வாடையும் கூடவே இருக்கும். முறுகலான பாலின் மணத்தை ஆசீர்வாதம் பிள்ளை வெறுத்து ஒதுக்கினாராயினும், இன்னொரு காரியம் ரெபேக்காளிடத்திலே இருந்தது. அது அவளிடுப்பில் பாவாடை கட்டின இடத்தில் விழுந்திருந்த பளபளப்பான கருப்புக்கோடு.

இப்போதோ, அவ்விருவருமே ஒருவரிலொருவர் நேசித்த அந்த மணங்களெல்லாம் இருவர் உடம்பிலிருந்தும் போய் பழைய அழுக்குத் துணிகளின் புழுங்கிய வாடை வந்துவிட்டது. கூட்டத்தில் எத்தனை பெண்களுக்கு நடுவே இருந்தாலும் ரெபேக்காள் இருக்கிற இடத்தை அவருக்குக் காட்டித் தந்து விடும் அந்த முறுகலான பாலின் மணம் அவளை விட்டுப் போனதும் ஒரு துக்ககரமான விஷயமே.

அந்தப் பழைய அடுப்படி, ஒரு பெருத்த மழையில் – ஒரு நாள் இரவில் – விழுந்துவிட்டது. அது கிறிஸ்மஸுக்கு முந்தின சமயம். பண்டியலுக்கு இன்னும் பத்திருபது நாட்கள்போல இருந்தது. அவ்வருஷம் ஆரம்பத்திலிருந்தே சரியான மழை இல்லாதபடியிருந்தது. கடைசியில் டிசம்பர் மாதத்தில் ஒரு நான்கு நாட்கள் விடாமல் மழை பெய்தது. இரவும் பகலுமாய் மழை பெய்ய ஆரம்பித்ததில் யாரும் எங்கேயும் போய்க் காரியம் செய்ய முடியவில்லை! எல்லா வீட்டுக் கொடிகளிலும் ஈரத் துணிகள் புழுங்கி நாறிக் கிடந்தன. இருதயத்து டீச்சர் வீட்டில் குஞ்சுகளை விட்டுவிட்டு, கோழிகள் வெளியே மேயப்போக முடியவில்லை. கூட்டுகளுக்குள்ளேயே நாட்கணக்கில் அவைகள் அசுத்தம் பண்ணி அந்த நாற்றமும் சகிக்க முடியாமல் ஆயிற்று. சேசய்யாவுக்குத் துரத்து இருமல் வந்து விட்டது. வீடெங்கும் இருமித் துப்பினான். அவன் படுத்திருந்த கட்டிலின் அடியிலெல்லாம் சளியும் கோழையுமாக்கி விட்டான்.

இருதயம் பள்ளிக்கூடத்துக்கு லீவு எழுதிக்கொடுத்து விட்டு அவனை விட்டகலாதிருந்தாள். அவன் எவ்வளவோ சொல்லியும் அவள் சமையலே செய்யவில்லை. அவள் மாமியார் இடிந்தகரையாளுக்கு வேண்டிப் பழைய முதல் நாள் இட்லிகள் மீந்திருந்ததை உதிர்த்துத் தாளித்துக்கொடுத்தாள். தன்னையும், தன் மகனையும் இருதயம் கொன்றுகொண்டிருக்கிறதாக அவள் திட்டத் தவறவில்லை. அவளைச் சொல்லியுங் குற்ற மில்லை. அவள் இயல்புக்கு அவள் என்ன செய்வாள்? சேசய்யா வின் கோழையும் சளியும் மிக மோசமாக நாற்றம் வீசிற்று. என்றாலும் இருதயம் அந்தச் சிறு கட்டிலில் அவனோடேயே அவனை விட்டகலாதிருந்தாள். அவன் படுக்க விருப்பப்பட்டால் அவனைப் படுக்கவைத்துத் தானும் அக்கட்டிலிலேயே படுத்துக்

கிடந்தாள். துரத்து இருமல் வந்துவிட்டபின் அவன் பிழைத்தால் ஆச்சரியமே என்று எண்ணிக்கொண்டிருந்தாள்.

ஆசீர்வாதம் பிள்ளை வீட்டில் அடுப்பங்கரை இடிந்து விழுந்தபோது, இருதயம் சேசய்யாவுக்கு மருந்து கொடுத்துக் கொண்டிருந்தாள். மழை சத்தத்தையும் மீறிப் பெருஞ் சத்தமாய் அச்சுவர்கள் விழுந்தன.

அடுப்படி விழுந்துவிட்டது ஆசீர்வாதம் பிள்ளைக்கும், ரெபேக்காளுக்கும் பதற்றத்தைத் தரவில்லை. இரண்டு நாட் களுக்கு முன்னரே அந்த அடுப்படி விழுந்துவிடும் என்று இரண்டு பேரும் பேசிக்கொண்டிருந்தார்கள். அன்று இரவு விறகெல்லாம் ஈரமாகிக் கிடந்ததால் ஆசீர்வாதம் பிள்ளைக்கு அவளால் கடுங்காப்பி கூடப் போட்டுக் கொடுக்கமுடியாமல் போய், இருந்த பழையதை இரண்டு பேரும் சாப்பிட்டுவிட்டு அடுப்படியில் இருந்த சட்டி பானைகளையும், சில புழங்கும் ஏனங்களையும் கொண்டுவந்து அறை வீட்டில் வைத்திருந்தார்கள். இந்த முன்னெச்சரிக்கை ரெபேக்காளுக்கு எப்போதுமிருந்த நற்குணம்.

சுவர் விழுந்த சத்தத்தைச் கேட்டவர் முதலில் ஆசீர்வாதம் பிள்ளைதான். ரெபேக்காளும் அவரும் கொஞ்ச நேரம் முன்பு வரை பேசிக்கொண்டிருந்தார்கள். சுவர் விழுந்த சமயம் ரெபேக்காள் தூங்கிவிட்டாள். முன்னெச்சரிக்கையாய் அவள் இருந்தபடியினால்தான் நிம்மதி நிறைந்த தூக்கம் அவளுக்கு வந்திருந்தது. லேசாக எரிந்துகொண்டிருந்த பெட்ரூம் லைட்டின் வெளிச்சத்தில், தரையில், கிழிந்த கோரம் பாயின்மீது போர்வையை விரித்து அவர் கட்டிலடியில் படுத்துக் கிடந்தாள். ஏதோவொரு வெள்ளை வாயில் சேலையை உடுத்தியிருந்தாள் அன்று. தலை முடிகளெல்லாம் நரைத்துப்போயிருந்தது. அந்த பெட்ரூம் லைட் வெளிச்சத்தில் இதெல்லாம் அபூர்வமான சோபையுடன் இருந்தது. சுவர் விழுந்ததைப் பார்க்க எழுந்திருந் தவருக்கு ரெபேக்காளுடைய சாந்தம் நிரம்பிய முகமே கொஞ்ச நேரத்துக்கு அவரைச் சும்மாயிருக்க வைத்துவிட்டது. அடுப்படி விழுந்த துயரமெல்லாம் அந்தச் சமயத்திலே அவருக்கு இருந்த தென்று சொல்லமுடியாது.

அச்சமயத்தில் அன்னமேரி டீச்சர் தியோடரைக் கண்ட படி திட்டிவிட்டு அவனுக்கு சோறு பிசைந்து ஊட்டிவிட்டு அப்போதுதான் படுத்திருந்தாள். அவனை, மழை பெய்கிறது என்று சொல்லி உள்ளே வந்து படுத்துக்கொள்ளும்படி எவ்வளவோ கேட்டுக்கொண்டும், அவன்– தியோடர் பிடிவாத மாகத் திண்ணையிலேயே படுத்துவிட்டான். அவள் அறியாத

அவன் பிடிவாதமில்லை. அதற்கும் அவனைத் திட்டிக்கொண்டே போய்ப் படுத்துக்கொண்டாள். ஆசீர்வாதம் பிள்ளையின் வீட்டில் சுவர் இடிந்து விழுந்த சத்தத்தைக் கேட்டதும் தியோடர் அந்த மழையிலும் தட்டுத் தடுமாறி நடையிறங்கி, மழையில் நனைந்துகொண்டே ஆசீர்வாதம் பிள்ளை வீட்டுக்குப் போனான், அவன் போன சமயம் ஆசீர்வாதம் பிள்ளை ரெபேக்காளை எழுப்பிவிட்டிருந்தார். இரண்டு பேரும் வீட்டுக்குள்ளேயே பேசுகிற சத்தங் கேட்டது.

தியோடர்தான் அவர்களுக்கு உதவி செய்தான். மழை பெய்துகொண்டேதான் இருந்தது. அடுப்படியில் சாமான்கள் எதுவும் இல்லை. சுவரில் மாட்டியிருந்த அகப்பைக் கூடும் இன்னொரு சுளகும்தான் அடுப்படியில் இருந்தவைகள். சுவர்கள் எப்போது விழுந்தாலும் உட்புறமாய் இடிந்து விழுகிறதில்லை. அவைகளுக்கு அப்படியொரு சத்தியம். உள்ளே விழுந்துவிடுகிறதாக இருந்தால் எவ்வளவு உயிர்களும் பொருள்களும் நஷ்டப்பட்டுப் போகும். தயைமிகுந்த சுவர்கள். தன்னைப் பூசி மெழுகியும், வெள்ளையடித்தும் பேணிக் காத்த வீட்டுக்காரர்களின்மீது எவ்வளவு கருணையிருந்தால் அவை இவ்விதம் வெளிப்புறமாய் விழுவதையே வழக்கமாகக்கொண்டிருக்க வேண்டும். கூரை, தூண்களின் தாங்கலில் நின்றுகொண்டிருந்தது. தாங்குகிற கல் தூண்கள் இரண்டும் மிகுந்த கர்ம சிரத்தையோடு நின்று கொண்டிருந்தன. கூரைக்குச் சேதமில்லை.

ஆயினும் சுவர்கள் விழுந்துகிடந்தது பார்க்கிறதுக்குச் சகிக்க முடியாதபடிக்கு இருந்தது. பார்க்கப்பார்க்க மனசுக்கு வருத்தத்தை உண்டுபண்ணுவதாயிருந்தது. எத்தனை காலமாக நின்றிருந்த சுவர்கள் அவை. அந்த வீட்டில் நடந்த எல்லா பழைய விஷயங்களும் அவை அறிந்த விஷயங்கள்தானே! எத்தனை மனுஷர்கள் ஆணும் பெண்ணுமாய் சந்தோஷத்தையும் துக்கத்தையும் அந்தச் சுவர்களுக்குள்ளே நின்று பகிர்ந்திருக்கிறார்கள். அவர்களில் சிலபேர் செத்துக்கூடப் போனார்களே! அவைகள் அறியாத விஷயமென்று என்னவுண்டு? எல்லாம் தெரிந்து வைத்திருந்தும் அவைகளின் கதி முடிவில் இப்படித்தான் ஆகிவிட்டது. சுவை நிரம்பிய பதார்த்தங்கள் தயாரிக்கப்பட்டு வந்ததெல்லாம் பழைய விஷயமே என்றாலும் ஒன்றும் மறக்கக் கூடியதாயில்லை.

மேல் கூரையோடு இன்னொன்றும் மிஞ்சி நின்றது. அதுதான் அறை வீட்டிலிருந்து அடுப்பங்கரைக்குள்ளே இறங்குகிற படிக்கல். அடுப்பங்கரை கொஞ்சம் பள்ளமாகவே இருந்தது. அறை வீட்டை விடவும் ஒரு முழம் தாழ்வாக இருந்தது. பட்டகசாலை, தாழ்வாரத்தைவிட ஒரு முழம்

தாழ்வாய் இருந்தது. அந்த அறைகளை ஒன்றுக்கொன்று இவ்விதம் தாழ்வாய் அமைக்க வேண்டுமென்று அவ்வீட்டைக் கட்டின கொத்தனுக்கு யோசனை தோன்றியிருந்திருக்கிறது.

அந்த அறைகளின் தாழ்வே அவ்வீட்டிற்கு அபூர்வமான மென்மையையும், பார்க்கிறவர்களுக்குச் சந்தோஷத்தையும் அளிக்கத் தூண்டிற்று, அந்த அறைகளைக் கழுவி விடுகிறது சுலபமாக இருந்தன என்பது பெரிய விஷயம் இல்லை. அவைகள் மனதிற்கு அமைதியைத் தந்தன என்பதே பெரிய காரியமில்லையா? ஒரு முழமே தாழ்வாக வைத்துக் கட்டின அறைகளைக் கொண்ட வீடு அத்தெருவில் ஆசீர்வாதம் பிள்ளையுடைய வீடு ஒன்று மட்டிலுமே.

எல்லா அறைகளின் வாசல்களிலும் கல்படிகள் அமைக்கப் பட்டிருந்தன. நல்ல இரண்டு ஜாண் அகலமுடையதாக அக்கல் படிகள் ஒவ்வொன்றும் அமைந்திருந்தன. அப்படிகளில் கல் தச்சன் சில தாமரைப் பூக்களைச் செதுக்கியிருந்தான். அப்படிப் போடப்பட்டிருந்த தாமரைப் பூக்கள் ஒவ்வொரு கல்படியிலும் மூன்று மூன்று இருந்தன. மூன்றில் இரண்டு பூக்களைச் சிறியவைகளாகவும், அவைகளின் நடுவில் பெரிய தாமரைப் பூவொன்றும் இருக்கும்படியாக அந்தப் பூக்களைச் செதுக்கி யிருந்தான்.

அப்பூக்களைச் செதுக்கியிருந்த கல் தச்சன் ரசனை மிகுந்தவன். அக்கல்படிகளில் பிருஷ்டம் அழுந்த யார் உட்கார்ந் தாலும் அதை மறக்கமுடியாது. கல் பூவின் அழுந்தல், உட்கார்ந்த இடத்தில் குளிர்ச்சியோடு படிந்து போகும். எத்தனை காலத்திற்குப் பின்னே அந்தக் கல்படி ஞாபகம் வந்தாலும், அக்குளிர்ச்சி நிரம்பிய, கல் தாமரைப் பூக்களிலிருந்து அப்போதுதான் உட்கார்ந்து எழுந்தது போல இருக்கும். வெறும் கல்லில் இத்தனை பெரிய காரியம் பண்ணிவைத்திருந்தான் கல் தச்சன்.

அறை வீட்டுக்கும், அடுப்படிக்கும் இடையேயும், இவ்வித மாய் ஒரு கல்படி பதிக்கப்பட்டிருந்தது. நடை வாசல்படியில் உட்காரக்கூடாது என்று எவ்வளவு சொன்னாலும் பெரியவர்கள் முதல் யாரும் கேட்பதே இல்லை. மாறாக எல்லோருக்கும் நடை வாசல் படிகளில் இருப்பதில் விருப்பமே அதிகம். வேறு மற்ற நடை வாசல்களில் உட்காராமல் போனாலும் அடுப்படி நடையில் உட்காராமல் யார்தான் பெரியவர்களாகி இருக்க முடியும்?

இப்போது உயிரோடிருந்து வருகிற ஆசீர்வாதம் பிள்ளையின் மகனுக்கு முன்னே, ஒரு குழந்தை இருந்தது. அது பெண் குழந்தை. அக்குழந்தைக்கு அலீஸ் என்று பெயரிட்டிருந்தார்கள்.

ஆசீர்வாதம் பிள்ளை தன்னுடைய தாயாருடைய ஞாபகத்துக் காக அப்பெயரை விட்டிருந்தார். அலீஸ், ஆசீர்வாதம் பிள்ளையின் ஜாடையிலோ, ரெபேக்காளின் ஜாடையிலோ இல்லை. அவளுடைய சாயல் வேறு விதமாக இருந்தது. ஆசீர்வாதம் பிள்ளைக்கு ஒரு தங்கச்சி இருந்தாள் அவளுடைய சாயலாக அப்படியே இருந்தாள் அலீஸ். ஆசீர்வாதம் பிள்ளை அவளுடைய தங்கச்சியின்மீது அபரிமிதமான பிரேமை கொண்டிருந்தார்—என்பது வாஸ்தவமே. ஆயினும் அதன் பொருட்டு இப்படி அவள் சாயலாகவே ஒரு குழந்தை பிறந்தது கொஞ்சக் காலம்வரை ரெயினீஸ் ஐயர் தெருவுக்குள் ஒரே ஆச்சரியமாய்க் கிடந்தது.

அலீஸ் மற்றப் பிள்ளைகளைப் போலவே இல்லை. சின்னஞ் சிறு வயதிலேயே பெரிய பெண்களுக்குண்டான காரியங்களைச் செய்வதில் சுத்தமும், எல்லாவற்றிக்கும் மேலாய் வெட்கம் மிகுந்த பெண்ணாகவும் இருந்தாள். அவள் பெண் குழந்தைதான் ஆனாலும் அவளுக்கு அத்தனை சின்னவயதில் வெட்கம் வேண்டியதில்லை. அவளுடைய காரியங்கள் எல்லாமே நன்கு தேர்ச்சியடைந்த ஒரு மணமான பெண்ணின் முதிர்ச்சியுட னிருந்தன. தன் பெற்றோர்களையே பயப்பட வைக்கக்கூடிய ஒழுங்கும் அமைதியும் அவளிடம் இருந்தது. பெண் குழந்தைகள் கௌன் அணியலாம். பெண் குழந்தை கௌன் அணிகிறதை யாரும் தப்பென்று சொல்லமாட்டார்கள். மேலும் அவள் வயதிலுள்ள பெண் குழந்தைகள் கௌனே அணிந்தார்கள், அலீஸ் கௌன் அணியவே மறுத்துவிட்டாள். பாவாடை சட்டையே அணிந்து வாழ்ந்தாள். பக்கத்து வீடுகளில் உள்ளவர் களும் சுற்றத்தாரும் அவளைக் குறித்து மிகுந்த ஆச்சரியத் தோடே பேசிக்கொண்டார்கள். எல்லோரும் அவளிடம் மதிப்பு வைத்திருந்தார்கள். இன்னுமொரு ஆச்சரியமான குணமிருந்தது அவளிடத்தில், அது, அவள் எல்லோரிடமும் பிரியமாக இருந்ததுதான். பாரபட்சமற்ற அன்பையும் தயையையும் அவள் எல்லோரிடமுங் காட்டினாள், இதுவே அவளிடமிருந்த பெருங்குணம். அதிகமாய் பேசுகிற சுபாவத்தினள் இல்லை அலீஸ். இருப்பினும் அவள் செலுத்துகிற இடையறாத அன்பை எல்லோரையும்உணர வைத்துவிடுவாள். இம்மாயத்தை அச்சிறு வயதிலேயே எப்படியோ கற்றுவைத்திருந்தாள்.

அலீஸ் இருந்த வரையிலும் அந்த அடுப்பங்கரை நடைக் கல்லை விட்டு வேறு எங்கேயும் இருந்து சாப்பிட்டதே கிடையாது. அந்த நடைக்கல்லில் மட்டும் அலீஸ் இருந்தால் போதும். வீடு பெரும் மாளிகைபோலத் தோற்றம் தரும். அவள் சாதாரணமாகத்தான் இருப்பாள். காலை அடுப்படிக்குள் தொங்கவிட்டிருப்பாள். பட்டுப் பாவாடை உடுத்தி, கனத்த

பிருஷ்டங்கள் கல்லில் அழுந்தியிருக்க உட்கார்ந்திருப்பாள். எப்போதும் பாவாடையின் சிவப்பு நாடாவைப் பின்புறமே தொங்கவிட்டிருப்பாள். எப்படியும் கை முழத்திற்கு ஒரு முழமேனும் அந்நாடா பின்புறத்தில் தொங்கும். உட்கார்ந்திருக்கிற சமயங்களில் மேல் சட்டை, உடம்பின் பெருமை தாங்காமல் பின்புறத்தில் பித்தான்கள் கூடிக்கூடி விலகித் தெரியும். சட்டையின் கடைசிப் பித்தானுக்கும் கீழே இருபட்டிகளும் விரிந்து, ஒரு சிறிய பிளவு உண்டாகியிருக்கும்.

அலீஸ் செத்துப்போய் இருபத்தி எட்டு வருஷங்களுக்கும் மேல் கழிந்துவிட்டன. பன்னிரெண்டே வருடங்கள் உலகில் ஜீவித்திருந்தாள். ஒரு சிறு வியாதியில் அலீஸ் செத்துப்போனாள், அதுவும் பண்டியல் சமயமே. பண்டியல் காலத்திலேயே பல விஷயங்கள் நடைபெறுகின்றன. மழையும் பண்டியலும் பிரிக்க முடியாதபடி எல்லோரையும் சுற்றிச்சுற்றி வருகிறது. கெடுதலுக்கோ சந்தோஷத்துக்கோ என்றாலும் சுழன்றுசுழன்று வந்து கூத்து நடக்கிறது. பிரிவுகளையே மிகுதியும் கொண்டுவந்து தருகின்றன. யார் நிறுத்த முடியும்? பண்டிகையையும் மழையையும் மறக்கக் கூடாது என்பதற்கே இச்சதி தொடர்ந்து நடக்கிறது.

இச்சதி அலீஸ் விஷயத்திலும் மெய்யானதே துயரமானது. அக்குணவதியை—உற்றாரிடத்தில் மட்டுமின்றி அயலாரிடத்திலும் பிரியம் கொண்டிருந்தவளும், அனைவருக்குமே அளவற்ற ஆனந்தத்தைத் தந்தவளுமானவளை – சிறு காய்ச்சல் வந்து, அவளை எடுத்துச் சென்றுவிட்டது. நினைக்கநினைக்கத் துயரம் தருவது. எனினும் அவள் இப்போது யாருடனும் இல்லை. எப்போதாவது அத்தெருவில் உள்ளவர்கள் அவளையும் நினையாமலில்லை. மேலும் அவள் என்ன, மறந்துபோகக்கூடிய காரியங்களையா விட்டுச்சென்றாள்?

கிறிஸ்துமஸுக்காக, அப்பா, அம்மா, தம்பி பக்கத்து வீட்டு சாம்ஸன், அண்ணன், சாம்ஸன் வீட்டுக்கு வந்திருந்த அவனுடையசித்திஎஸ்தர்—இத்தனைபேரோடுங்கூட பன்னிரண்டு மணி ஸெர்வீசுக்குப் போனாள். அவளுக்கென்று அவளுக்கிஷ்ட மான ருக்மணிக் கலரில் பாவாடை எடுத்திருந்தது. யதேச்சையாய் அன்று அவள் இருக்கவே இல்லை என்றே இப்போது சொல்ல வேண்டும். அவளையும் மீறிமீறிச் சிரித்துக்கொண்டிருந்தாள். தெருவிலிருந்து கோயிலுக்குப் போகிற தூரம் ஒன்றும் அதிக மில்லை. அருகிலேயே இருந்தது கோயில். பண்டிகை அன்று பனி வராமல் இருந்ததுண்டா என்ன? அதிலும் மூடு பனியே பண்டியலுக்குப் பிரீதியானது. அப்பனி தெருவுக்கும் கோயிலுக்கும் அத்தனை தூரத்தைக் காட்டியிருக்கமுடியாது. அருகிலுள்ளதை யும் அந்த நேரத்தில் தூரப்போன தாய்க்காட்டினவள் அலீஸே

தவிர வேறு யாருமில்லை. நெஞ்சோடு குளிருக்கு நடுங்கி, உடன் நடந்து வந்த அவ்வளவுபேருக்கும் அண்மையைத் தூரத்திற்குக் கொண்டு சென்ற சிறுமி அலீஸே. என்னதான் அச்சமயத்தில் பேசினாள் என்பதை யாராலும் சொல்லிவிடக் கூடியதில்லை. ஏதோ, அவளுக்கு அப்பன்னிரண்டு வயசில் தோன்றின சிறு சிறு வேடிக்கைப் பேச்சுக்களையே அவள் பேசியிருந்திருப்பாள். நினைத்துக்கூடப் பார்க்கமுடியாதபடிக்கு அப்பேச்சு அபல மானதே! என்றாலும் அது எல்லோருக்கும் மகிழ்ச்சியைத் தந்தது. (அதற்குப் பனியும் ஒரு காரணமாக இருந்திருக்கலாம்.)

கோவிலிலிருந்து திரும்பி வரும்போதே அலீஸுக்கு ஏதோ வினோதமாக இருந்தது. தூக்கம் நிரம்பிய கண்க ளுடன் எல்லோரும் திரும்பிக்கொண்டிருந்தபடியால் யாரும் யாரை யும் கூர்ந்து கவனித்து வைத்துக்கொள்கிறது துர்லபமாக இருந்தது.

ஆசீர்வாதம் பிள்ளை வீட்டுக்கு, சாம்ஸனுடைய சித்தியான எஸ்தரும், அன்று நேரே கோயிலிலிருந்து வந்து ஆசீர்வாதம் பிள்ளையின் வீட்டில் சிறிது நேரம் தங்கியிருந்தாள்.

அவள் அதற்கு முன்னால் அவளூரிலிருந்து எப்போது வந்தாலும் அவர்களுடைய வீட்டுக்கு வந்து அதிக நேரம் தங்கினவள் இல்லை. ஏனோ அன்று இருந்த சந்தோஷத்தில் ஆசீர்வாதம் பிள்ளையின் வீட்டுக்கு வந்தாள். அலீஸே கேக்கை வெட்டினாள். முதல் இரண்டு துண்டுகளையும் அவள் எடுத்துச் சென்று எஸ்தரிடமும் சாம்ஸனிடமும் தந்தாள். பின்பே தன் வீட்டாருக்கும் தந்து தானும் சாப்பிட்டாள். எஸ்தர் கொஞ்ச நேரம் இருந்து பேசிவிட்டு பின்பு சாம்ஸனையும் கூட்டிக் கொண்டு சென்றாள்.

அன்றிரவு தன் தம்பியையும் அருகே படுக்கப் போட்டுக் கொண்டு அலீஸ் படுத்தாள். மறுதினம் கொடிய விஷக் காய்ச்ச லால் சுருண்டு கிடந்தாள். ஆசீர்வாதம் பிள்ளை வைத்தியரைக் கூட்டிக்கொண்டுவந்து பார்த்தார். வைத்தியர் சென்றபின் அன்று சாயந்தரமே செத்துப்போனாள். கொஞ்சமேனும் யாருக்கும் சந்தோஷம் அளிக்க முடியாத விஷயம்.

மழையிலும் காற்றிலும் அந்த அடுப்படிச் சுவர்கள் இடிந்து விழுந்துவிட்டன. நல்ல வேளையாக அக்கல்படிக்கு யாதொரு சேதமும் இல்லை. அன்று உதவின தியோடருக்கு அவன் மனைவி எலிஸபெத் அப்போது இருந்திருந்தால் எவ்வளவு நன்மையாக அவனுக்கு அமைந்திருக்கும்.

பின்னொரு முறை அந்த அறை வீடும் இப்படியே இற்றுப் போய் விழுந்துவிட்டது. ஆசீர்வாதம் பிள்ளைக்கு அதிகமான

வருமானம் எங்கிருந்தும் வரவில்லை. அவர் மகன் கல்யாணம் ஆன பிற்பாடும் அவருக்குப் பணம் அனுப்பிக்கொண்டிருந்ததே வேடிக்கைதான். பென்ஷன் பணத்தையே வைத்து யாருடைய அந்நிய உதவிகளும் வேண்டாமல் அந்தத் தெருவிலிருந்து வந்தே அத்தெருவை விட்டு ஒதுங்கி வாழ்ந்து வந்தார்கள். அறுநூறு, எழுநூறு வருஷம் வாழ்ந்ததுபோல அவர்கள் இரண்டு பேரின் கண்களும் மூப்படைந்துவிட்டன. எல்லாம் அவர்கள் பெண் அலீஸ் இருந்திருந்தால் இவ்விதம் ஆகியிராது.

விழுந்த சுவர்களையெல்லாம் ஆசீர்வாதம் பிள்ளை ஒன்றுமே செய்யவில்லை. அந்தச் சுவர்களின் பிளவுகளுக் கிடையேயும், இடிபாடுகளிலும் விஷ ஜந்துக்கள்கூட வாசம் செய்கின்றன. இருப்பினும் ஆசீர்வாதம் பிள்ளை அவைகளை எதுவும் செய்ய இஷ்டமில்லாதிருந்தார். அவர் மனசை அத்தெருவில் புரிந்துகொண்டவர்கள் யாருமில்லை. நல்ல வேளையாய் ரெபேக்காள் மட்டும் எல்லாவற்றையும் புரிந்து கொண்டிருந்தாள். அவள் மட்டும் துயரமே இல்லாதவள் என்று சொல்லமுடியாது. அவள் படும்பாடு எவ்வளவென்று அவளே அறியமுடியாத எளிமையானவள். ஆசீர்வாதம் பிள்ளையோடு அருகே மத்தியான வேளைகளில் படுத்துறங்குகிற நேரத்தில் திடீரென்று விழித்துக்கொள்வாள். அந்தப் பகல் நேரம் மிக மோசமான அமைதியைக் கொண்ட நேரம். மெதுவாக எழுந்து போய் விழுந்துகிடக்கிற அடுப்படியில் மூன்று தாமரைப் பூக்கள் போட்ட படிக்கல்லையே பார்த்துக்கொண்டிருந்துவிட்டுத் திரும்புவாள். இதுதான் இவ்வளவு முதுமையிலும் மரித்துப்போன தன் பெண்ணுக்காகச் செய்ய முடிந்த காரியம்.

இன்னொரு நாள்

முதல் வீடு

மறுநாள் டோனாவூரிலிருந்து மங்களவல்லிச் சித்தியும் ஜீனோவும் வந்தார்கள். ஜீனோ திடீரென்று பெரிய பிள்ளையாகி விட்டிருந்தாள். பெண்கள் திடீரென்று பெரிய பிள்ளையாகி வந்து நிற்கிறது ஆச்சரியப்படவைக்கிற விஷயம். மெதுவாகவே அவர்கள் பெரியவர்கள் ஆனால்கூடத் திடீரென்று நடக்கிறது போலத்தான் தெரிகிறது! இது ஒன்றும் புதுசில்லை. எல்லாப் பெண்களுக்கும் உரிய காரியமே. இதைத் தாண்டி யாரும் வராமலில்லை.

சாயந்தரம் வரை சொப்பு, சட்டி, பானை வைத்தும், பாண்டியாட்டம், கிளியந்தட்டெல்லாம் விளையாடிக் கொண்டிருந்தவள் திடீரென்று கூச்சத்தோடும், தடுமாற்றத்தோடும் உள்ளே போய் இருட்டில் நின்றுகொள்கிறாள். அம்மாவிடத்தில் கூட அதைத் தெரிவிக்க வெட்கமாக இருக்கிறது. இன்னொருபுறம் வேதனை. எதற்கும் மாற்று கிடையாது. நடந்துபோனது நடந்ததே என்று உணரக்கூட முடியாத வயசில் அம்மாவின் பங்கே பெரியது.

இவ்விதமே ஜீனோவின் வாழ்க்கையிலும் ஒருநாள் சம்பவித்தது. ஜீனோ ஒரே ஒரு இமை நேரத்தில் பிரமிக்கத்தக்க விஸ்வரூபம் எடுத்து வளர்ந்து பெரியவளானாள்.

அன்றைக்கு ஜீனோவுக்கு யாரைப் பார்த்தாலும் கூச்சமாக இருந்தது. முக்கியமாக அப்பாவைப்

பார்க்க இருந்த கூச்சம் இன்னமட்டுமில்லை. அதுக்கு முன்தினம் ராத்திரிகூட அப்பா மடியில் தலைவைத்துப் பேசிக் கொண்டிருந்தாள் அம்மா மடியில் படுக்கிறதைவிட அப்பா மடியில் படுக்கிறது அத்தனை வயசுக்குப் பிறகும் ஜீனோவுக்கு விருப்பமாக இருந்தது. இவ்விதமிருந்தவள் அன்றைக்கு அப்பா முகத்தையே பார்க்க முடியாமல் கூச்சத்தில் தலையைக் குனிந்து கொண்டு விட்டாள். கூச்சம் வந்தால், பயமும் வந்துவிடுகிறது. கூச்சத்தோடு அப்பாவைப் பார்க்கப் பயமும் இருந்தது. இது ஜீனோவைப் பொறுத்து மிகவும் வினோதமான விஷயமே. அப்பாவுடைய மடியில் படுத்துப் பேசிக் கொண்டிருந்ததெல்லாம் தவறாகத் தெரிந்தது அப்போது. இதை நினைக்கநினைக்க மேலும் உடம்பு பயத்தால் நடுங்க ஆரம்பித்தது. அப்பாவால் தனக்கு ஏதோ தீங்கு நேரப்போகிறது போலிருந்தது ஜீனோவுக்கு.

ஜீனோவுடைய அப்பாவும் ஜீனோவை அப்போது எப்போது போலப் பார்க்க முடியவில்லை. ஜீனோ தலை குனிந்து உட்கார்ந்தது அவருக்கு, அவர் மனைவியும் ஜீனோ வின் தாயாருமான மங்களவல்லி உட்கார்ந்திருக்கிறது போலவே இருந்தது.இது எப்படியென்று அவரால் புரிந்துகொள்ளத் திராணி இல்லை. நேற்றுவரை இருந்த ஜீனோதான் இந்தப் பெண்ணும். அதே முகமும், கை கால்களும்தான் இருக்கிறது. உடம்பின் சாயலில் எவ்வித மாற்றமும் காணக்கிடைக்க வில்லை. இருப்பினும் அடிக்கடி ஜீனோவையே பார்க்க வேண்டும் போல ஆசையாக இருந்தது. ஜீனோவை இரண்டாங்கட்டில் உலக்கை போட்டுப் பிரித்து, வடக்குச் சுவரோரத்தில் உட்கார்த்தி வைத்திருந்தது. அந்த இடத்தில் யாருக்கும் எவ்வித வேலையும் இல்லை. இரண்டாங் கட்டில் ரொம்பவும் பத்திரப்படுத்திக் காப்பாற்ற வேண்டிய சில பொருட்கள் இருந்தது உண்மை. சீனி டப்பா, சாயந்தரம் எல்லோரும் தின்பதற்கு ஏற்ற தின்பண்டங்கள் இருந்துவந்த தூக்குச் சட்டி, அரிசிப் பானை இப்படிச் சில பொருட்கள் இருந்தன. இவைகளில் எதுவும் அப்பாவுக்கு வேண்டியதே இல்லை. எல்லாம் அம்மாவின் பொறுப்பில் உள்ளவை, அம்மாவின் கைவிரல்கள் படுவதையே பெரிதும் விரும்பும் சாமான்கள் அவை, என்றாலும் அப்பா அடிக்கடி அடுத்த அறையான அடுப்படியில் இருக்கிற அம்மாவிடம் பேசுகிறதுபோலப் பேசிவிட்டு, அப்படியே கள்ளனைப்போல ஜீனோவிடம் ஏதாவது கேலியாகப் பேசினார். கிண்டலும் வேடிக்கையும் பேசி ஜீனோ சிரித்துவிட்டால் திருப்தி அடைந்து கொண்டார். ஜீனோவுக்கு அன்றுமுதல் இன்னொரு அப்பா அறிமுகமானார். அப்பாவிடமும் அண்ணனிடமும் அதுநாள் வரையிலும் இருந்த அன்பில் பல பகுதிகள் உதிர்ந்துவிட்டன. அப்பாவையும் அண்ணனையும் இனி நம்பக்கூடாது என்று

எண்ண ஆரம்பித்தாள். இந்த எண்ணம் ஜீனோவுக்குக் காரணமே இல்லாமல் வந்தது. ஆனால் அப்பாவையும் அண்ணனையும் ஜீனோ நம்ப மறுத்ததை அவள் மறுக்கமாட்டாள்.

அம்மாவோ, இன்னொரு மனுஷியாகத் தெரிந்தாள். மிக மோசமான, தாழ்ந்த குலப் பெண்ணாக அம்மா இருந்தாள். அப்பாவையும் அண்ணனையும் பார்த்துப் பயந்தது பெரிய விஷயமில்லை. அம்மாவை அருவருத்து ஒதுக்கினாள். அம்மாவின் மீது ஜீனோவுக்கு எவ்வளவு மனப்பூர்வமான பிரியம் இருந்தது என்பதை ஜீனோவே நன்றாய் அறிவாள். ஆனால், பெரிய மனுஷியாக ஆனதும் முதலில் மனசுக்குத் தோன்றின விஷயம் அம்மா ஒரு மோசமான பெண் என்பதுதான். அம்மாவின் மீதுள்ள வெறுப்பை அவள் யாரிடமும் வெளியே காட்டாமல் வைத்துக் கொள்ளக் கடுமையான பிரயத்தனங்கள் செய்ய வேண்டியது வந்தது. அம்மாவை அவள் இத்தனையாய் வெறுத்து ஒதுக்குவது அநியாயம்போல அவள் எண்ணி, சில வேளைகளில் அளவற்ற மனவருத்தம் அடைந்தாள். ஆயினும் அம்மா சாதாரணமாக ஜீனோவிடம் ஏதாவது பேசினால்கூடப் கோபப்படாமல் இருக்க முடியவில்லை! வீட்டில் யாருமே நல்லவர்கள் இல்லை என்று முடிவு செய்துவிட்டாள். யாரும் அவளை ஒரு வார்த்தைகூடச் சொல்லவில்லை. யாராலும் ஜீனோவுக்குக் கெடுதல் வரவில்லை. என்றாலும் அம்மா கெட்ட பெண்ணாகவும், அப்பாவும் அண்ணனும் நடத்தைக் கெட்டவர்களாகவும் ஆனது ஏனென்று சொல்லத் தெரியவில்லை ஜீனோவுக்கு.

வீட்டில் எல்லோரும் வெளியே போயிருந்து, தான் மட்டும் தனியே இருக்கமுடிந்ததால் வெகுவாக ஆனந்தம் கொண்டாள். இச்சந்தர்ப்பங்கள் ஜீனோவுக்கு அடிக்கடி வரவில்லை. இதற்கு முன்னால் ஜீனோ தனியாக இருந்தால் யாருக்கும் கிலேசம் இல்லை. இப்போது எவ்வளவு அவசியமாக அவளைத் தனியாக விட்டுவிட வேண்டியது வந்தாலும் அம்மா மனமின்றியே இருந்தாள். எதிர்வீட்டு மனிதர்களிடம் ஜீனோவைப் பார்த்துக் கொள்ளச்சொல்லிவிட்டுப்போனாள். எதிர் வீட்டில் இருந்தவர்கள் ஜீனோவுக்கு நல்ல துணை என்று அம்மா நம்பினாள்.

பெரியவளான பின்பு ஜீனோவை – இரண்டு வாரங்களுக்குப் பின்பே பள்ளிக்கூடத்துக்குப் போக அனுமதித்தாள். பள்ளிக்கூடத் துக்குப் போன அன்றைக்குப் பள்ளிக்கூடத்தில் இருக்கவே பிடிக்கவில்லை ஜீனோவுக்கு. பள்ளிக்கூடத்தில் இதுவரை அவள் இருந்துவந்த இடமே அவளுக்குத் தரப்பட்டது. இடத்தை மாற்றிவிடவில்லை. ஆனாலும் ஜீனோவுக்கு இடம் மாறி இருந்தது போலத்தான் கொஞ்ச நாள்வரை இருந்தது. கொஞ்ச

காலம் வீட்டில்கூட யாரிடமும் பேச விருப்பமின்றியே இருந்து வந்தாள். பின்னால் எல்லாம் சரியாய்ப் போயிற்று. சரியாகப் போகாமல் இருந்திருந்தால் ஜீனோவுக்கு, வாழ்க்கை எவ்வளவு துயரத்தைத் தந்திருக்கும் என்பதைச் சொல்லமுடியாது.

அறுப்பின் பண்டியலும், மாம்பழச் சங்கமும் பாளையங் கோட்டையில் ஒன்றாகக் கொண்டாடுகிறார்கள். இதுக்காக டோனாவூர் பள்ளிக்கூடத்திலும் லீவு விட்டுவிட்டார்கள். மே மாதம் முழுப் பரீட்சை விடுமுறை சமயத்திலும், மாம்பழச்சங்கத் தின் போதும்தான் ஜீனோவுக்குப் பாளையங்கோட்டைக்கு வர அனுமதி உண்டு. மே மாதம் வந்தால், இரண்டு மூணு வாரங்கள்போல ஜெயராஜ் பெரியப்பா வீட்டில் இருப்பார். மாம்பழச் சங்கத்தின்போது மிஞ்சிப்போனால் நான்கைந்து நாட்களே இருந்துவிட்டுப் போவார்கள். ஆனாலும் ஜீனோவுக்கு நாலைந்து நாள் இருந்துவிட்டுப் போகிறதில் உள்ள சந்தோஷம் முழுப் பரீட்சை விடுமுறைக்கு வந்தபோது கிடைக்கிறதில்லை. இதற்கு இன்னொரு காரணமும் இருந்தது. மாம்பழச் சங்கமும், அறுப்பின் பண்டிகையும் தவிர அந்தச் சமயத்தில் டவுனில் பொருட்காட்சியும் நடக்கிறது. இதுவும் அளவற்ற ஆசையைத் தூண்டியது. எல்லா வருஷமும் எப்படியும், பொருட்காட்சியும் மாம்பழச் சங்கமும் ஒன்றாகத்தான் வருகிறது. பொருட்காட்சிக்கு ஒரே ஒரு நாள் தான் கூட்டிக்கொண்டு போக அம்மாவும், பெரியம்மாவும் சம்மதிப்பார்கள். இது ஜீனோவுக்குக் கஷ்ட மாகத்தான் இருந்தது. இன்னொரு நாளும் போகவேண்டும் என்று ஆசைப்படுவாள். இது நிறைவேறாத ஆசையேதான் என்றாலும், அப்படி விரும்பாமல் இருக்கமுடியவில்லை. பொருட்காட்சிக்கு அம்மாவும் பெரியம்மாவும் வருகிறதில்லை. எபன் அண்ணன், அவள், டாரதி மூன்று பேரும்தான் போய் வருவார்கள்.

இன்னொரு ஆள் டவுனிலிருந்து வந்துசேரும். அவருடைய பெயர் ஜீனோவுக்கும் உகந்த பெயர். பாளையங்கோட்டைக்கு ஜெயராஜ் பெரியப்பா வீட்டுக்கு வந்த சமயமெல்லாம் அந்த மனுஷனைப் பாராமல் போகமாட்டாள். உயரமான அந்த அண்ணனை (எல்லோரையும் போலவே அவரை ஜீனோவும் இப்படியேகூப்பிட்டாள்) அவள் உள்ளூர ரொம்பவும் விரும்பி னாள். அது என்ன விருப்பமென்று சொல்லத் தெரியவில்லை. அந்தக் கல்யாணியைப்பற்றி நினைக்கிறபோதெல்லாம் வேறொன் றும் மனசில் தோன்றாது. வெறும் ஆசை மட்டும்தான் இருக்கிறது. அதுதான் வளர்ந்துவளர்ந்து போகிறது. அது என்ன ஆசை? இதே ஆசைதான் எபன் அண்ணனுடைய மேலேயும் சுற்றுகிறது. இதுக்கு என்ன பெயரோ ஜீனோ அறியாள். சில சமயங்களில் இதே ஆசை ஊரிலிருக்கிற அப்பா பேரிலும் வருகிறது.

அப்பா வெளியே புறப்பட்டுப் போகிறபோது அழகாக இருப்பார். கால்களில் செருப்பை மாட்டுகிறபோது, ஒருக்களித்துச் சாத்திய கதவுக்குப் பின்னால் நின்று செருப்பைப் போட்டுக் கொண்டே ஜீனோவைப் பார்த்துச் சொல்லுகிறபோது அப்பா வுடைய கண்களிலே தெரிகிற வினோதம் என்ன? அதை சாதாரண மாக ஜீனோவுக்கு நினைக்கமுடியவில்லை. ஆவலையும் ஆசையை யும் தூண்டிவிடுகிற பார்வை நிரம்பிய கண்கள் இல்லையா?

இதே ஆசைதான் ஜீனோவுக்குக் கல்யாணி அண்ணன் மீதும். ஊரிலே நாலாங் கிளாசுக்குச் சொல்லிக்கொடுக்கிற தியாகராஜன் சாரைப் பார்த்துக் கல்யாணி அண்ணனை நினைத்துக்கொள்வாள் ஜீனோ.

பாளையங்கோட்டைக்கு ஜீனோ வருகிறதுக்குக் கல்யாணி தான் காரணமா என்று நிச்சயமாகச் சொல்லமுடியவில்லை. ஆனால் அறுப்பின் பண்டியலைச் சமீபித்து வருகிற மாம்பழச் சங்கத்திலும், டவுனில் நடக்கிற பொருட்காட்சியிலும் என்ன வுண்டு? பொருட்காட்சிக்குக் கல்யாணி அண்ணன் வருகிறதே ஆனந்தம்.

பொருட்காட்சிக்கு வந்தால் எல்லோருக்கும் கல்யாணி யிடம் மட்டுமே பேச வேண்டுமென்று விருப்பம் வரும். சில சமயங்களில் டாரதி தன்னோடு கூடச் சில வகுப்புப் பிள்ளை களையும் கூட்டிக்கொண்டு வருவாள். இதை அவள் வீட்டில் பெரியப்பாவுக்கும் பெரியம்மாவுக்கும் தெரியாமல்தான் செய்ய வேண்டும். வகுப்பில் டாரதியோடு சேருகிற பிள்ளைகள் எல்லாரும் துஷ்டப் பிள்ளைகள் என்பது பெரியம்மாவுடைய அபிப்பிராயம். இதுபோல பொருட்காட்சி வாசலில் சந்தித்துக்கொள்வார்கள். எபன் அண்ணன், டாரதி பண்ணுகிற காரியமெதற்கும் தடை சொல்லமாட்டான். இத்தனைக்கும் டாரதி அவனைவிட, எவ்வளவு சிறு பெண். இருந்தாலும் அவள் காரியங்களை மட்டும் அவன் எல்லோரிலும் பெரிய காரியங்களாக மதித்துப் போற்றி னான். பெரிய மனுஷி என்று அவளை நினைத்து இருந்தான்.

எத்தனையோ இடங்களில், வர வேண்டியவர்களுக்காகக் காத்திருக்கிறது ஒன்றும் புதுசில்லை. பொருட்காட்சிக்கு முன்னால், வரவேண்டியவர்களுக்காகக் காத்திருக்கிறது ஒவ்வொரு வருஷமும் புதுசாகவே இன்னமும் இருக்கிறது. போன வருஷமும், அதற்கு முந்தின வருஷமும் அதே இடத்தில் தான் பொருட்காட்சி வாசலில் காத்திருந்திருக்கிறார்கள். அதெல்லாம் கல்யாணி அண்ணனுக்காக! ஆனால், கல்யாணி அண்ணனோ ஒரு வருஷமாவது சொன்ன நேரத்தில் வந்தது கிடையாது. எல்லோரையும் கொஞ்ச நேரம் காக்க வைத்த பிறகு

தான் கல்யாணி வருவார். யாருக்கும் காத்திருப்பதில் எரிச்சலே இருப்பதில்லை. ஒருவிதத்தில் எல்லோரும் இதை விரும்பினார்கள்.

தூரத்தில் கல்யாணி வரும்போதே யார் முதலில் கண்டு பிடிக்கிறார்கள் என்பதில் அவர்களுக்குள்ளே ஒரு போட்டி. ஜீனோவும், டாரதியும் இரண்டு பேர்களுமே தாங்களே முதலில் பார்த்ததாகச் சொல்லுவார்கள். எல்லா காரியங்களையும் உருவாக்கிவிட்டு எபன் மட்டும் சும்மா வேடிக்கை பார்த்துக் கொண்டிருப்பான்.

கல்யாணி அண்ணனுக்குப் பக்கத்தில் யார் நடந்துபோவது என்பதிலும் அந்த இரண்டு பெண்களுக்குள்ளும் போட்டி வந்துவிடும். பொருட்காட்சியில் கேட்ட சினிமா பாட்டுக்களை டோனாவூருக்குப் போன பிறகும் ஜீனோவால் மறக்கமுடிய வில்லை.

வருஷா வருஷம் பொருட்காட்சிக்கு ராக்ஷஸராட்டினம் வராமல் போகாது. அதிலே ஏறிச் சுற்றாமலும் வந்ததில்லை. டாரதிக்கு ராட்டினத்தில் ஏறிக்கொள்ளப் பயமில்லை. இருந்தா லும் ஒரு வருஷமும் ராட்டினத்தில் டாரதி ஏற மாட்டாள், எல்லோரையும் ராட்டினத்திலே ஏற்றிவிட்டு இழே நின்று வேடிக்கைப் பார்த்துக்கொண்டிருப்பாள். ஜீனோ, கல்யாணி அண்ணனுக்கும் எபன் அண்ணனுக்கும் நடுவே இருந்து சந்தோஷமுடன் ராட்டினத்தில் சுற்றுவதைப் பார்த்துக் கொண்டிருப்பதே டாரதிக்குச் சொல்ல முடியாத மன ஆறுதலைத் தந்தது. ராட்டினம் ஒவ்வொரு தடவையும் கீழே வந்து மேலே போகிற மின்னல் வெட்டுகிற நேரத்தில்தான் மூணு பேரையும் பார்க்க முடியும். அந்தச் சிறிய பொழுதில் டாரதி அடைந்த ஆனந்தம் எவ்வளவென்று அளவிட முடியாது.

கல்யாணி அண்ணனும் எபனும் ஜீனோவும் டாரதியை ராட்டினததில் தங்களோடு கூட ஏறியிருந்து சுற்றுகிறதற்கு எவ்வளவோ பிரயாசைப்படுவார்கள். எல்லாவற்றுக்கும் டாரதி யிடம் ஓர் அபூர்வமான சிரிப்பு உண்டும். சிரித்து மறுத்துவிடுவாள். அந்தச் சிரிப்புடைய ஆழம் எவ்வளவென்று எபன் அறிவான், கல்யாணியும்தான். ஜீனோ சிறு பெண்ணே ஆனாலும் அவளுக்கும், ஏதோவொரு விளக்கமுடியாத இடம் – டாரதி யுடைய சிரிப்பில் புரியும். மூணு பேருக்கும் அந்தச் சிரிப்புக்குப் பிற்பாடு, டாரதி சொன்னதையொன்றும் மறந்து போகாதபடி, அப்படியே நிறைவேற்றுவதுதான் அவர்களுடைய வேலை. அவள் சொல் அப்போது அவர்களுக்கு மந்திரம் ஆகும். எபனுக்கு வேத வாக்கியம்.

அப்போது மேலும் ஆட்களை ஏற்றுகிறதற்காகவென்று அவர்கள் இருந்த ராட்டினத்தின் தட்டுக்கு நேரே தெரிந்தாள். டாரதி... அன்பிற்குரிய டாரதி... அப்போது ஏதோவொரு பொருட்காட்சி ஸ்டாலில் ஒரு பாட்டை ஒலிபரப்பினார்கள். அந்தப் பாட்டைப் போட்டவனும் கல்யாணி அண்ணன்போல, எபன் அண்ணனும் டாரதியும் போல எல்லோரிடமும் பிரியமாக நடந்துகொள்ளுகிறவனாகத்தான் இருப்பான், அந்தப் பாட்டை இப்போது அவனுக்குப் போட வேண்டுமென்று சொன்னது யார்? அவன் முகம் கல்யாணி அண்ணன் முகம். அவன் கைகள் எபன் அண்ணனுடைய தட்டையான கைகள். அவன் பாதங்கள் டாரதியுடைய பாதங்களைப் போல் மேடான பாதங்கள். அவன் திரேகம் கல்யாணி அண்ணனுடையது. அவன் போட்டிருக்கிற சட்டையிலிருந்து என்ன வாடை கிளம்பும்? அது எபன் அண்ணனுடைய சட்டையிலிருந்து வருகிற பவுடரும் வியர்வையும் நூலினுடைய மணமுங்கலந்த வாடை. உயரத்தில் இருந்து பொருட்காட்சியின் முழு ஆனந்தமும் பார்க்க ஜீனோவுக்கு உயிர் போகும் என்று இருந்தது. பொருட்காட்சி மைதானத்தைத் தாண்டி வெளியே ஹைரோட்டில் ஜனக் கூட்டத்துக்கு ஊடே மெதுவாகப் போகிற டவுன் பஸ்ஸெல்லாம் தெரிந்தது. கொஞ்ச நேரத்துக்கு முன்னால் கல்யாணி அண்ணன் வருகிறதுக்காக அவள் எபன் அண்ணன் டாரதியெல்லாம் நின்றிருந்த பொருட்காட்சி வாசல் தெரிந்தது. அதைப் பார்த்ததும் உடனே ராட்டினத்திலிருந்து கீழே குதித்து அந்த இடத்தில் போய் திரும்பவும் நிற்க வேண்டும்போல் விருப்பப்பட்டாள். கீழே, அடுத்த சுற்றுக்காக ராட்டினத்துக்கு ஏற வருகிற பெரிய கூட்டத்துக்குள்ளே நின்றுகொண்டுதான் டாரதி மேலே இருக்கிற இவர்களைப் பார்த்துக்கொண்டிருந்தாள். டாரதியைச் சுற்றி யாருமே இல்லாததுபோல, அத்தனை பேர்களிலும் டாரதி மட்டும் தனியே 'டாரதி, டாரதி, பிரியமான டாரதி! கீழே நிற்கிறாயே, ராட்டினத்துக்காரன் கோபிக்க மாட்டான். இந்தத் தட்டில் மூன்று பேருக்கேதான் இடமுண்டு. ஆனாலும், அவனைச் சமாதானப்படுத்தக் கல்யாணி அண்ணனுக்குத் தெரியும்... கல்யாணி அண்ணன் சொன்னால் இந்த உலகத்தில் யாரும் கேட்பார்கள். மேலேறி வந்து எனக்கு இடது புறமாக உட்காரு! உனக்கு யார்மேல் பிரியம் அதிகமோ அந்த அண்ணனுக்குப் பக்கத்தில் உட்காரு கல்யாணி அண்ணனுக்குப் பக்கத்தில் இருக்கிற இடத்தை எனக்காகத் தந்துவிடு. நான் உன்னிடம் கேட்க வேறென்ன உண்டு? உனக்கு எபன் அண்ணனுடைய பக்கம் போதுமென்று எனக்குத் தெரியாதா? நீ கொஞ்சம், என்னை விடவும் பெரிய ஆசைக்காரி! இரண்டு பேர்களும் வேண்டும் உனக்கு.

ராட்டிலிருந்து சுற்றிவிட்டுக் கீழே இறங்கி, சொக்கலால் பீடி கம்பெனி ஸ்டாலுக்குப் போகிறபோது யாருக்கும் பேச முடியவே யில்லை. எப்போதும் இப்படியேதான் நடக்கிறது. ராட்டினத்தில் ஏறி இறங்கிவிட்டு நேரே போகிற இடம் சொக்கலால் பீடி கம்பெனி ஸ்டாலாகத்தான் இருக்கும்.

ராட்டினத்தில் ஏறிச் சுற்றிவிட்டு இறங்கிப் போகிறபோது எந்த வருஷமும் பேச முடியவே இல்லை. பொருட்காட்சியில் பெருத்த ஆரவாரமும் பேச்சுக்களும் சிரிப்புகளும் இருந்தன. என்றாலும் அவர்கள் மட்டும் தன்னந்தனியே சொக்கலால் கம்பெனி ஸ்டாலுக்குப் போவார்கள். அபூர்வமான மனசுடன் நடந்துகொள்வார்கள்.

69ம் வருஷம் ஒரு பாட்டை ஜீனோ கேட்டாள். அப்பாட்டை 70ம் வருஷமும், 71ம் வருஷமும், ஏன் இன்னும்கூட அவளால் மறக்கமுடியவில்லை.

70ம் வருஷம் ஒரு பாட்டை ஜீனோ கேட்டாள். இப் பாட்டும் அப்படியே ஆயிற்று. 71ம் வருஷத்துப் பாட்டு, 72ம் வருஷத்திலும், 73ம் வருஷத்திலும் இப்படியே நின்றது. வருஷங் கழியக்கழிய அழிவே இல்லாமல் போய்விட்டன – கேட்ட பாட்டுகளுக்கு. பொருட்காட்சி பார்த்ததில் என்னதான் இல்லை.

சொல்ல என்னவுண்டு? எப்போதோ பார்த்ததும், எப்போதோ நடந்ததும், மனசை விலைக்குத் தரச் சம்மத மில்லை. உயிர்தான் அழிய வேண்டும். காலத்தைப் பிரார்த்திக்க வேண்டும்.

கல்யாணி இந்தக் குடும்பத்துக்கும், இந்த வீட்டுக்காரர் களுக்கும் யார்? தூரத்திலிருந்து வந்தவொரு சிநேகிதன். இந்தப் பிரியத்துக்காக எத்தனைதான் செய்யலாம் இவர்களுக்கு.

இந்த வருஷமும் மாம்பழச் சங்கம் வந்திருக்கிறது. இதுக்காகத்தான் ஜீனோ தன் தாயார் மங்களவல்லியோடு கூட வந்திருக்கிறாள். போன வருஷம் வந்ததுபோல ஜீனோவுக்கு இந்த வருஷம் இல்லை. இந்த வருஷம் வேறொரு பெண் ஜீனோவி லிருந்து வளர்ந்து வந்திருக்கிறாள். ஏற்கெனவே பழகின ஆண்களைப் பார்த்தாலும் அப்பெண் கூச்சப்படுகிறாள். பேசி யிருக்கவும், கூடவே இருந்து பழகவும் உள்ளூர விருப்பப்பட்டாலும் அதை வெளியே காட்ட முடியாதவளாகி விட்டாள். இதெல்லாம் என்ன வேடிக்கையென்று தெரியவில்லை.

இந்த ஒரு வருடத்துக்குள் ஜெயராஜ் பெரியப்பா வீட்டில் ஒன்றும் மாறிவிடவில்லை. போன வருஷம் வந்திருந்தபோது பார்த்த வீட்டிலிருந்த எப்பொருளும் இடம் மாறிக்கூட இருக்க

வில்லை. ஆனால் வீட்டினுள் நுழைந்ததுமே ஆசையுடன், எல்லா இடங்களையும் உற்றுப்பார்த்தாள். ஏதாவது ஒரு போட்டோ படம், அல்லது ஜெயராஜ் பெரியப்பாவுடைய மேஜை, பெரியம்மாவுடைய உடைகளும், பெரியப்பா மற்றும் டாரதி, எபன் அண்ணனுடைய உடைகளும் தொங்குகிற கயிற்றுக்கொடி இவைகளில் ஏதாவது ஒன்று மாறிக் கிடக்காதா என்று உள்ளூர ஆசைப்பட்டாள். தாத்தாவுக்கோ எவ்வித மாற்றமும் இல்லை. திண்ணையில், தாத்தாவுடைய நார்க் கட்டிலின் கால்களுக்கு அடியில், கால்களைச் சுற்றிலும் மெழுகிமெழுகிச் சேர்ந்துவிட்ட சாணி ஏடுகள், போன வருஷத்தைவிடக் கால்களைப் பிடித்துக் கொண்டு இன்னும் மேலே கொஞ்சம் வந்திருந்தது.

தாத்தாவுடைய முகத்தில் எதுவும் இல்லை. ஜீனோவுடைய அம்மாவின் பேரில் அவருக்கொரு கோபம் எப்போதும் உண்டு, அதைக் காட்ட அவர் அவளிடம் பேசமாட்டார். ஆனால் பிரிய முள்ள பேத்தி ஜீனோவைக் கூப்பிட்டுப் பக்கத்தில் வைத்துக் கொள்வார். இம்முறையும் தாத்தா இதுதான் செய்தார். புதுசாக எதுவும் தாத்தாவை பொறுத்துக்கூட நடக்கவில்லை.

டாரதியிடம் தனியே இருந்து பேசுவதற்குக் கொஞ்ச நேரம் கிடைத்தது. அப்போது ஜீனோ கேட்ட மிக முக்கியமான விஷயம் கல்யாணி அண்ணனைப்பற்றி. இதைக் கேளாமல் எப்படி யும் ஜீனோவால் இருக்க முடியாது.

ரெயினீஸ் ஐயர் தெருவில், இந்த மாதங்களில், காலை வெயிலின் நிழல் கொஞ்சம் வடக்கே சாய்ந்து விழும். வாய்க்கா லில் தண்ணீர்வற்றி எல்லோரும் காலையிலேயே எழுந்திருந்து ஆற்றுக்குக் குளிக்கப் போகிற காலத்தில் இந்த வெயில் இன்னும் கொஞ்சம் வடபுறமாய்ச் சரிந்து விழும். பள்ளிக்கூடம் ஆரம்பித்த வுடன் கால் பரீட்சைவரைக்கும் தெற்கே சாய ஆரம்பிக்கும். எல்லாம் விதிகளைப்போல இருந்தாலும், இந்த விதிகளை ஒவ்வொரு வீட்டிலும் உள்ளூர யாரும் நேசியாமல் இல்லை. வேன காலம் புழுக்கத்தையும், தண்ணீருக்குக் கஷ்டத்தையும் உண்டு பண்ணியது. ஆனால் வேன காலத்தை எல்லோரும் விரும்பினார்கள். சரியானபடி கோடை வந்திராவிட்டால், மிகுந்த கஷ்டத்தை உணர்ந்தார்கள். போன வருஷம் நடந்த காரியங்கள் எல்லாம் அப்படியே இந்த வருஷத்து வேன காலத்திலும் நடக்க வேண்டுமென்று விருப்பப்பட்டார்கள். வேன காலம் புழுக்கமாக இருந்தாலும், ரெயினீஸ் ஐயர் தெருவிலும், தெருக்காரர்களுக்கும் வேன காலமே அற்புதமான காலம். வேன காலத்தை ருசித்துப் பார்க்கவே வருஷத்தின் பன்னிரண்டு மாதங்களில் மற்ற பத்து மாதங்களும் வாழ்ந்தார்கள். தியோடர், எலிஸபெத்துக்காகக் குடித்து வாழ்கிறானேபோல, இந்தத் தெருக்காரர்கள் வேன

காலத்திற்காக ஏக்கத்துடன் காத்திருத்து வருஷா வருஷம் வாழ்கிறார்கள்.

வேன காலம் ஒவ்வொரு ஊரிலும் ஒவ்வொரு மாதிரி இருக்கிறது ஜீனோவுக்கு. சில சமயங்களில் ஒவ்வொரு வருஷமும் ஒவ்வொரு விதமாக வேன காலம் கழிகிறது. போன வருஷத்து வேன காலத்திற்கும், அதற்கு முந்தின வருஷத்து வேன காலத்திற்கும் தான் எவ்வளவு வித்தியாசம். ஒரு வருஷம் போல் ஒரு வருஷம் வேன காலம் இருக்கவில்லையென்று ஜீனோ நினைத்தாள்.

ஜீனோவுக்கு முழுப் பரீட்சை முடிந்த பிற்பாடுதான் வேன காலம் தொடங்குகிறது. அதற்கு முன்னாலேயே சில வருஷங் களில் கோடை ஆரம்பித்துவிடுகிறது. பரீட்சை எழுதப் போகிற வரைக்கும் நல்ல வெயிலில்தான் ஜீனோ போய்வருகிறாள், டோனாவூர் கிணறுகளில் தண்ணீர் இறங்க ஆரம்பித்துவிடுகிறது. பள்ளிக்கூடம் போய் வருகிறதுக்குள் கஷ்டமாக இருக்கிறது. மத்தியான வெயிலில் பள்ளிக்கூடத்திலிருந்து வீட்டுக்குத் திரும்பிவர முடியவில்லை. ஜீனோவின் அம்மா மங்களவல்லி இதற்காக ஒன்று செய்கிறாள். தன் மகளுக்கு மார்ச் மாத மத்தியி லிருந்து பரீட்சை முடிகிற வரைக்கும் சாப்பாடு கொடுத்தனுப்பி விடுகிறாள். ஜீனோவுக்கு அந்தப் பத்திருபது நாட்களும் ஆனந்த மான நாட்கள். ஜீனோ, ஒவ்வொரு வருஷம் பள்ளிக்கூடம் திறந்தபோதும், சாப்பாடு கொண்டுபோக வேண்டுமென்று விருப்பப்படுவாள். இதுக்காகப் பல நாட்கள் வீட்டில் அம்மாவோடு பேசுவாள். கொஞ்சுவாள். அழக்கூட அழுவாள். மங்களவல்லிக்கு, ஜீனோ மத்தியானம் சாப்பாடு கொண்டு போகிறதில் விருப்பமே இல்லை. ஆனால் அப்பா ஜீனோவின் பக்கம் பேசுவார். இது ஜீனோவுக்குப் பெரும் ஆறுதல். அப்பாவை இதனால் ஜீனோவுக்கு ரொம்பவும் பிடிக்கும். ஜீனோ வேண்டியதைத் தருகிறவர் அப்பா ஒருத்தர்தான். அம்மாவிடம் இந்தக் குணமில்லை. அம்மா எல்லாவற்றுக்கும் முதலில் தடங்கலே சொல்லுவாள். ரொம்பவும் மன்றாடினால் சபித்துக்கொண்டே அனுமதி தருவாள்.

மங்களவல்லி, தன் மகள் ஜீனோ கேளாமலேயே செய்து தருகிற காரியம் ஒன்று உண்டென்றால், அது ஜீனோவை வேன காலத்தில் மத்தியானம் சாப்பாடு கொண்டுபோகச் சொல்லு கிறது தான். ஜீனோ, மத்தியானம் சாப்பாடு கொண்டுபோகிற நாட்கள் ஜீனோவின் ஆனந்தமான நாட்கள்.

பன்னிரெண்டரை மணிக்குப் பள்ளிக்கூடம் விட்டுத் திரும்ப வும் ஒன்றரை மணிக்குப் பள்ளிக்கூடம் துவங்கிவிடும். இந்த ஒரு மணி நேரம் ஜீனோவுக்குப் போதவில்லை. இன்னுங்

கொஞ்ச நேரம் ஸ்நேகிதியாருடன் பேசிக்கொண்டிருக்க வேண்டு மென்று ஆசையாக இருக்கும்.

ஆனாலும் என்ன செய்ய முடியும்? மணி அடித்துவிட்டால், வகுப்பில் போய் உட்காருவதைத் தவிர வேறே என்ன மார்க்க முண்டு?

சாப்பிட உட்காருகிறபோது பக்கத்து வகுப்புகளிலிருந்து சில ஸ்நேகிதிகள் ஜீனோவின் வகுப்புக்கு வருவார்கள். ஜீனோ வகுப்பில் படித்துக்கொண்டு இருக்கிற சில பிள்ளைகள் மற்ற வகுப்புகளுக்குப் போயிருந்து, தங்களுக்கு விருப்பமான ஸ்நேகிதிமார்களுடன் சாப்பிடுகிறதும் நடக்கும்.

ஜீனோவுக்கு உகந்தவளாக அந்தப் பெண் பிள்ளைகளுக்கு இடையே இருந்தவளுள் வஸந்தா எனப்பட்டவளும் ஒருத்தி. இரண்டு கால் விரல்களிலும் மெட்டி அணிந்த பெண் அவள், சுண்டு விரலுக்கு அடுத்த அவளுடைய கால் விரல்கள் ரொம்ப வும் குட்டையாக இருந்தன. இந்த இரண்டு விரல்களும், வஸந்தாவி னிடத்தில் ஜீனோவுக்கு விருப்பமான உறுப்புகளாக இருந்தன. மத்தியானச் சாப்பாடு கொண்டுபோகிற பள்ளிக்கூடத்தின் கடைசி நாட்களில் ஜீனோவும் வஸந்தாவும் ஒன்றாயிருந்து சாப்பிடுவார்கள். ஜீனோவின் காரியங்களில் வஸந்தாவுக்குத் தெரியாதது ஒன்றுமில்லை. குறிப்பாகக் கல்யாணியைப் பற்றி. கல்யாணியைப் பற்றி வஸந்தாவிடம் எவ்வளவோ சொல்லி யிருக்கிறாள். சிறுசிறு சம்பவங்களாகத்தான் சொல்லியிருந்தாள் எனினும் அவைகளில் எவ்வளவோ அடங்கியிருந்ததும் உண்மை. வஸந்தா கல்யாணியைப் பார்த்ததில்லை. ஆனாலும் என்ன? கல்யாணி வந்தால் அவளால் அவரை இனம் காணமுடியும்.

வஸந்தா, கருப்பான திரேகத்தை உடையவள், ஜீனோவோ நல்ல சிவப்பான, வறுக்கப்பட்ட கோதுமையின் நிறம். வஸந்தா வின் கருப்பு நிறமே ஜீனோவைக் கவர்ந்திருக்கலாம்.

பள்ளிக்கூடத்திற்கு ஜீனோவைவிட வஸந்தாவே சீக்கிர மாய் வந்துவிடுகிறவள். வஸந்தாவுக்காக ஜீனோவும் சீக்கிரமே பள்ளிக்கூடம் வர ஆசைப்பட்டாள். இதற்கு ஜீனோவின் வீட்டில் பெருத்த எதிர்ப்பு இருந்தது. குறிப்பாக அம்மாவிட மிருந்து, அம்மாவுக்குத்தான் இந்தச் சுபாவம் இருந்தது. ஆனாலும் அம்மா நல்ல மனம் உடையவள். ஜீனோவுக்காகத் தன்னால் இயன்றவரை தன்னுடைய அடக்குமுறைகளைப் பெருமளவிற்குத் தளர்த்தியிருக்கிறாள். இருந்தாலும் சிறு பெண்ணான ஜீனோவுக்கு இது போதுமா? அவளுக்கு மிகப் பெரிய சுதந்திரம் தேவைப்பட்டது. சாயந்திர வேளைகளில் வீட்டில், மேல்புரத்து ஜன்னலுக்கு அருகே ஸ்டூலைப் போட்டுக்

கொண்டு தூரத்தில் தெரிகிற களக்காடு மலையைப் பார்த்துக் கொண்டிருப்பாள். வெறும் பாறைகளினாலும், அடர்ந்த மரம் செடிகளினாலும், நிரப்பப்பட்டுள்ள வெறும் மலைதான் அது. அதை அவள் கொஞ்ச நேரமாவது பார்த்துக்கொண்டிருக்க வேண்டும். ஒரு நாள் பார்க்காமல் போனாலும், ஜீனோவுக்கு மனசில் அமைதி அழிந்துவிடும். அந்த மலையின் அளவு சுதந்திரத்தையே அம்மா தர வேண்டும் என்று விரும்பினாள். இப்படி நினைத்தது நிச்சயமாய்க் குற்றமாகாது என்பதே ஜீனோவின் அப்பாவுடைய வாதம். முடிவில் ஜீனோவும், அவள் அப்பாவுமே வெற்றி பெறுவார்கள். தன்னுடைய அளவற்ற ஒழுங்குமுறையையும், அடக்குதலையும் அம்மா கீழே போட்டு விட்டு அடுப்படியில் இருந்து அழுவாள். அம்மாவைச் சமாதானப் படுத்துவது ஜீனோவின் வேலை.

ஜீனோவின் தாயார் மங்களவல்லிக்கு, அவள் அழும் போதெல்லாம் ஞாபகத்திற்கு வருவது இரண்டே இரண்டு ஆண்கள். ஒன்று டாரதியுடைய அப்பா, இன்னொரு ஆண் எபனுடைய அப்பாவான ஜெயராஜ். இந்த இரண்டு ஆண்களும் அவள் அழும்போதும், மிகுந்த துயரப்படும்போதும் ஞாபகத் திற்கு வராமல் இருக்கமாட்டார்கள். இத்தனைக்கும் அவர்கள் இருவரும் வேறு பெண்களின் புருஷர்கள். இருவருமே அவளுக்குக் கொழுந்தன் முறையும், அத்தான் முறையும்தானே வேண்டும்? மங்களவல்லி பக்தியும், ஆண்டவரில் விசுவாசமும் நிரம்பியவள். அந்நிய ஆடவரை நினைத்துப்பார்ப்பது எவ்வளவு பாபமான காரியம். ஆண்டவருக்கு விருப்பமில்லாத செயல் என்பதை அறியாத சிறு பெண்ணல்ல. இப்படி அந்த இரண்டு ஆண்களையும் நினைக்க வேண்டியது வந்ததற்காக மங்கள வல்லிக்கு இன்னும் அழுகை பெருகும். ஜீனோவுக்குத் தன் அம்மாவைச் சமாதானப்படுத்துவது எவ்வளவு கஷ்டமான காரியமாகும் என்பதைச் சொல்லுவது கடினம். ஆறுதல் சொல்லத் தேவையான வார்த்தைகளைக்கூட அதிகம் தெரிந்து கொண்டிராத யுவதிக்குத் தன் தாயாரின் இவ்வளவு பெரிய துக்கத்தை ஆற்றும் சக்தி வாய்ந்த சொற்களைப்பற்றி என்ன தெரியும்? ஆனாலும் ஜீனோ தனக்குத் தெரிந்த சின்னஞ்சிறிய, அமைதியையும் பரிவும் நிரம்பிய வார்த்தைகளினால் அம்மாவுக்கு ஆறுதல்கள் சொல்லுவாள்.

ஜீனோ பட்ட இக்கஷ்டங்கள் எல்லாம் அந்த ஸ்நேகிதி வஸந்தாவுக்காகத்தான். அவளோடு காலை நேரங்களில் பள்ளிக் கூடம் ஆரம்பிக்கும் முன்பாகப் பேச வேண்டும் என்ற அற்பமான ஒரு காரியத்திற்காகத்தான். வஸந்தாவுக்காக அவள் இவ்வளவு பெரிய வேதனையைத் தன் தாயாருக்குத் தரவேண்டுமா?

இது தவிர ஜீனோவுக்கு வேறு மார்க்கமே இல்லை. ஜீனோவுக்கு வஸந்தாவிடத்தில் எவ்வளவோ விருப்பங்கள் இருந்தன, அவளுடைய அப்பாவுக்கு ஜீனோவைப் பொறுத்து சில ஆசைகள் இருந்ததைப்போல.

பள்ளிக்கூட மைதானம் மிகவும் பெரியது. மைதானத்து ஓரங்களில் வரிசையாக வாகை மரங்கள் நின்றிருந்தன. வாகை மரங்களுக்கு அப்பால் வயல்களுக்குத் தண்ணீர் செல்லுகிற சிறிய குளம் ஒன்று இருந்தது. அந்தக் குளத்திற்கு பிள்ளைகள் எல்லோரும் விட்டிருந்த பெயர் 'பெதஸ்தா குளம்' என்பது. அப் பள்ளிக்கூடம் தோன்றின நாள் முதலே அக்குளத்திற்கு இப்பெயர் வந்திருக்க வேண்டும். இதைச் சூட்டின பெண்ணுக்கு இப்போது திருமணம் ஆகி, தன் குழந்தைகளுடன் இன்னும் அவள் வாழ்ந்து வரலாம். ஆனால் நிச்சயமாக அவள் நகைச்சுவை நிரம்பிய பெண்ணாகத்தான் இருந்திருப்பாள்.

பெதஸ்தா குளத்தின்மீது ஒரு கல் பாலம் போடப்பட்டிருந்தது. நான்கு தூண் கற்களின் குறுக்கு அகலத்தையும் இருபத்தி ஆறு தூண் கற்களின் நீளத்தையும் அப்பாலம் கொண்டிருந்தது. பாலத்தைத் தாங்கிநின்ற தூண்கள் எட்டு. இவைகள் இரட்டை வரிசையில் நின்றிருந்தன. குளத்தில் அதிகம் ஆழமிருக்காது. நடுக் குளத்தின் ஆழம் தொடை வரை மட்டுமே. நீர் அமளைகள் நிறைய இருந்தன.

இப்பாலம் வெயிலுக்கு முன்னால், இரவு பெய்த பனியில் நனைந்துபோய் அபூர்வமான குளிர்ச்சியுடன் இருக்கும். இந்தக் குளிர்ச்சியைப்பற்றி யாரும் யாரிடமும் விவரிக்க முயற்சிப்பது வீணான காரியம். இதன் குளிர்ச்சியைப்பற்றி ஜீனோ தன்னால் இயன்ற மட்டும், டாரதியிடம் சொல்லியிருக்கிறாள். டாரதி எபனிடமும், எபன் கல்யாணியிடமும் சொல்லியிருக்கிறான்.

வஸந்தாவிடம் பெரும்பாலும் பட்டுப் பாவாடைகளே உண்டு. யூனிபாரம் அணிந்து வர வேண்டிய நாட்கள் வாரத்தில் இரண்டே இரண்டு நாட்கள். அவைகள் திங்கட்கிழமையும் வெள்ளிக்கிழமையுமே. முரமுரப்பான கனத்த நூல் பாவாடைகளை அணிந்து வர வேண்டும். இவை தவிர மற்ற நாட்களில் பட்டுப்பாவாடையே வஸந்தா உடுத்திவருவாள். ஒவ்வொரு பாவாடையிலும் ஜீனோ தலைவைத்துப் படுக்கிறபோது வேறுவேறு விதமான சத்தம் கிளம்பும். மிகவும் அகலமான பார்டரைக் கொண்ட ஒரு பாவாடையிலிருந்து ஜீனோவின் தலை பட்டுச் சரசரக்கிற சத்தம் ஜீனோவுக்கு அருமையானது. அந்தப் பாவாடைக்கு வர்ணம் ருக்மணி. வஸந்தாவின் மடியில் தலைவைத்துப் படுக்கிறபோது ஜீனோவுக்கு டாரதியின் ஞாபகம்

வரும். வஸந்தாவுடைய மடிக்குள்ளிருந்து வீசுகிற வியர்வையும், அவள் போட்டுக் குளித்த சோப்பின் வாடையும் கலந்து வரும் வாசனை டாரதியை ஜீனோவுக்கு ஞாபகப்படுத்தும். இதுதான் ஜீனோ வஸந்தாவுக்கு அடிமையாகிப்போன விதம்.ஜீனோ எவ்வளவோ பேர்களிடத்தில் தன்னை அப்படியே ஒப்புக் கொடுத்துவிட்டாள். இதில் யாருக்கு முதலிடம் என்பதை அச்சிறிய பெண் அறியமாட்டாள். உலகில் எதுதான் மோசமான செயல்? யார்தான் மோசமானவர்கள்?

மாம்பழச் சங்கத்திற்கு மங்களவல்லிச் சித்தியோடுகூட ஜீனோ வந்தது டாரதிக்கு மிகுந்த மகிழ்ச்சியை அளித்தது. வெகு காலம் தன்னந்தனியே உலவி வந்தவளுக்கு, தூரத்தில் யாரோ வருகிறதைப் பார்த்துவிட்ட சந்தோஷத்தை ஜீனோவின் வருகை டாரதிக்கு அளித்தது. எபன் எல்லாவற்றுக்கும் மேலாக டாரதி யோடு கூட இருக்கிறான் என்றாலும் அவன் ஆண் பிள்ளைதானே! அவனுக்கும் டாரதியோடு பேச எத்தனை தடைகள் இருக்கின்றன அந்த வீட்டில். மிகவும் அனாதரவாகக் காலத்தைக் கழிக்கப் பிரயத்தனப்பட்டுக்கொண்டிருந்த டாரதிக்கு ஜீனோவின் வரவு எவ்வளவோ சந்தோஷத்தை வழங்கியது.

தெரு

இருபுறமும் ஆறே வீடுகள் இருக்கிற ரெயினீஸ் ஐயர் தெரு பல விஷயங்களிலும் புரிந்துகொள்ள முடியாத வினோதத் தோற்றந் தருவது. ஞாயிற்றுக்கிழமை, எல்லோருக்கும் ஓய்வு நாள். அன்றைக்கு ரெயினீஸ் ஐயர் தெரு வெகு அமைதியாக இருக்கும். குறிப்பாக மத்தியானம் பன்னிரெண்டு மணிக்குச் சற்று முன்னால் முதல், பிற்பகல் மூன்று மணிக்கு, மேலும் விவரிக்க முடியாத அமைதியில் தெரு இருக்கும். அன்று ஓய்வு நாள் ஆனதால் அந்த நேரத்தில் எல்லோரும் தூங்கிக்கொண் டிருப்பார்கள் என்று சொல்லிவிடமுடியாது, விழித்துக்கொண் டிருக்கிறவர்களும் உண்டு.

டாரதியும் எபனும் உறங்க முடியாதவர்கள். இரண்டாவது வீட்டில் பிலோமி வந்திருந்தால் அவளும் அவளுடைய அக்காள் புருஷன் சேஷையாவும் உறங்க முடியாதவர்கள். மூன்றாவது வீடான அன்னமேரி டீச்சர் வீட்டில் அச்சமயம் தியோடர் எங்காவது உறங்காமல் சுற்றிக்கொண்டிருப்பான். ஒன்றும் ஆகாமல் போனால் அத்தெரு கீழ்ப் புறத்தில் முடிகிற இடமான காளிமார்க் கம்பெனி வாசல் மர நிழலில் கிடக்கிற

கல்லில் உட்கார்ந்திருப்பான். வேறு ஸ்நேகிதர்கள் கிடைத்தால் பீர்பாத் ஹோட்டலுக்கு முன்னால் உட்கார்ந்து, டவுனுக்கு மேட்னி ஷோவுக்குப் போகிற டவுன் பஸ்களை வேடிக்கை பார்த்தபடி இருப்பான். நாலாவது வீடான ஹென்றி மதுர நாயகம் பிள்ளை வீட்டில் சாம்ஸன் ஜன்னலோரத்தில் அவசியம் இராமல் போகமாட்டான். இன்னும் சிறிது நேரத்தில் எதிர் வீட்டில் அன்னமேரி டீச்சர் சாயந்தர ஆராதனைக்காக கோவிலுக்குப் போவாள். அது சமயம் வாசல் கதவைத் தாழ் போடாமல், வீட்டுக்குள்ளே நிறை அம்மணத்தோடு சேலை மாற்றிக்கொள்வதைப் பார்க்க அப்போதே ஆயத்தமாக ஜன்னலடியில் உட்கார்ந்திருப்பான் சாம்ஸன். இவர்களே ஞாயிற்றுக் கிழமை ஓய்வு நாளே ஆனபோதும் உறங்க முடியாதவர்கள்.

ஞாயிற்றுக்கிழமை மதியம் தெரு அவ்வளவு அமைதியாக இருக்க ஏதோ காரணம் இருப்பது போல் இருக்கும். நிஜமாகவே அவ்விதம் ஏதும் காரணம் இல்லை. அன்று காலையில் இடைவிடாத ஆனந்தம் தெருவெங்கும் நிரம்பியிருக்கும். சூரிய வெளிச்சம் அதிகம் பரவியிராத முன் காலை நேரத்தை எல்லோருமே வீட்டுக்குள்ளிருந்தபடியே ஆசரித்தார்கள். அதை உள்ளூரப் பெருமைமிக்க நேரமாகக் கருதினார்கள்.

ஞாயிற்றுக்கிழமை சாயந்தரம் கோயிலுக்குப் போகிறவர்கள் அதிகமில்லை. அன்னமேரி டீச்சர் அவசியம் போய் வருவாள். ஹென்றி மருதநாயகம் வீட்டில் சாம்ஸனுடைய அம்மா இருந்த காலத்தில் அவள் போய்வருவாள். அவள் ஒழுக்கமும் பணிவும் நிரம்பிய பெண்ணென்று அவர்களுடைய குடும்பத்தார்களுக் குள்ளே அவளுக்கு நல்ல ஒரு பெயர் ஏற்பட்டிருந்தது. தன் ஆயுள்காலம் முழுவதும் அப்பெண் இரக்கமும் சமாதானமும் நிரம்பியவளாக வாழ்ந்துவிட்டுப் போனாள். இப்போது, இவ்வளவு நல்ல மனுஷியைப் பற்றி நினைக்கிறவர்கள் அங்கே யாருமே இல்லை. முக்கியமாக அவள் வீட்டிலுள்ளவர்களுக்கே அவள் வாழ்ந்த ஞாபகம் அழிந்துபோய்விட்டது. இந்தத் துரதிருஷ்டசாலிப் பெண்ணைப் பற்றியும் ஒரே ஒருவன் அடிக்கடி நினைத்தான். அவன் நன்றிமிகுந்தவன். துக்கத்தி லிருந்து விடுதலைப் பெறத் துடிக்கிற ஆன்மாவினன். அவன் தியோடரேதான்.

ஹென்றி மதுரநாயகத்துடைய மனைவி வாழ்ந்த காலத்தில் அவள் உலகப் பிரகாரமான எல்லாக் காரியங்களி லிருந்தும் தூரவே ஒதுங்கி வாழ்ந்தவள்போல எல்லோருக்கும் தோன்றுவாள். அவள் சுபாவம் அப்படியாக இருந்தது. எந்தச் சிறு ஜீவராசியும் அவளால் துன்பம் அனுபவத்திராது. அவள் இந்தத் தியோடரைத் தன்னுடைய பிள்ளைகளைப்போல முழு

அன்புடன் நேசித்தாள். அன்பு எத்தகையது? அவள் இல்லை இப்போது. அவளிடம் கேட்டும் கூட அன்பின் காரியங்களை உணர முடியாது. அப்பெண் அதிகம் படித்தவளில்லை. கோவில் ஜெபத்தினுடைய வாசகங்களை மட்டும் அவள் முழுவதுமாக நம்பி வாழ்ந்தாள். அன்பைவிட உவப்பான காரியமெதுவும் அவள் வாழ்நாளில் இருந்திருக்குமென்று சொல்ல முடியாது.

தியோடர் சின்ன வயதிலேயே மற்ற பையன்களைவிட வேறு மாதிரியாகத்தான் இருந்தான் என்று சொல்ல வேண்டும். நிறைய சேஷ்டைகள் புரிவான். ஆனால் இப்போதும் அவன் குணம் அப்போதிருந்த மாதிரியே – இரக்க சித்தம். எல்லோரிடமும் தயையாக இருப்பது ஆகியவை அப்படியே இருந்தது. சாம்ஸன் இவனுக்கு நேர்மாறாய் அமைதியானவனாய் இருந்தான். மனசில் பிறர்மீது பொறாமையும் வெறுப்பும் வளர்த்துக்கொள்ளுகிற பையனாய் இருந்தான். அன்னமேரி டீச்சருடைய வாழ்வும் ஒருவிதத்தில் துயரமானதென்றே சொல்ல வேண்டும்.

அவளுடைய புருஷன் அவளுடைய இளம் பிராயத்திலேயே இந்தப் பையன் தியோடரையும், அவளையும் விட்டுவிட்டு அகால மரணமடைந்து போனார். நல்ல வேளையாய் அன்னமேரி டீச்சருக்குக் கையில் வேலையிருந்தது. அவரும் ஹென்றி மதுரநாயகம் பிள்ளையுடைய பெஞ்சாதியைப் போல் அபூர்வமான மனுஷ குணங்களைக் கொண்டவர்– வெகு நேர்மையான மனுஷர். செத்துப்போனவர்கள் எல்லாருமே ஏதோ ஒருவிதமாய் உயர்ந்த மனுஷர்களாக வாழ்ந்திருக் கிறார்கள். உயிர் வாழ்கிறவர்கள் ரொம்பப் பேர்கள் அநியாயத் துக்கும் சஞ்சலத்திற்கும் துணையாக இருந்து வாழ்கிறவர்கள் போல. நல்ல ஹிருதயம் கொண்டு வாழ்பவர்களும் வியாதியி னிமித்தமும், பல்வேறு அசௌகரியமான சூழ்நிலைகளிலும் அழுந்திக்கொண்டிருக்கிறார்கள். இருதயத்து டீச்சருடைய புருஷன் சேசய்யா எவ்வளவு உயர்ந்த மனம் கொண்டவன்.

ஹென்றி மதுரநாயகம் பிள்ளையுடைய மனைவியைப் பார்த்தவர்கள், பழகியவர்கள் எவ்வளவோ பேர்கள் இன்னமும் ஜீவித்திருக்கிறார்கள். தியோடர் ஒருத்தன் மட்டுமே அவளை அடிக்கடி நினைத்துக்கொள்கிறவன். அந்தப் பெண்மணி யுடைய ஞாபகம் வந்துவிட்டால் அன்று அவன் செய்கிற ஒரே தப்பான காரியத்தையும் தவிர்த்துவிடுவான். அன்று அன்ன மேரி டீச்சர் வெகுவாய் ஆச்சரியப்படுவாள், அவனைக் கண்டு!

வாரத்தின் ஏழுகிழமைகளிலும் பல்வேறு பண்டிகை நாட்களிலும், ஒவ்வொரு மாதமும்கூட அத்தெரு விதவிதமாக இருக்கும். திங்கட்கிழமை வார வேலை நாட்களின் முதல் நாள்.

திங்கட் கிழமை காலையில் அத்தெரு வாழும் சூழ்நிலை அதற்கு மறு நாளான செவ்வாய்கிழமையன்றோ புதன், வியாழக்கிழமை களிலோ இராது. முந்தின ஓய்வுநாளின் சந்தோஷத்தை நினைத்து ஏங்கி, மறுநாள் பிறந்தும், விடுபட முடியாத சஞ்சலம் நிரம்பிய திங்கள் கிழமையின் காலை நேரம் வெகு துயரமிக்கது.

இருதயத்துக்குத் திங்கட்கிழமை காலையில் பள்ளிக்கூடத் திற்குப் போகிறதென்பது ரொம்பவும் கஷ்டமான காரியம். சில சமயங்களில் அவளுக்குச் சனிக்கிழமை பள்ளிக்கூடம் இல்லாமல் இருப்பதுண்டு. சனிக் கிழமையும் ஞாயிற்றுக்கிழமை யும் சேர்ந்தாற்போல் லீவு கிடைத்து மூன்றாவது நாளான திங்களன்று பள்ளிக்கூடம் போய் வேலை பார்க்கிறதென்பது வெகுவாக அலுப்புத் தருவதும், சந்தோஷமற்றதுமான காரியம். இரண்டு நாட்களாய் சேசய்யாவுக்குப் பக்கத்தில் இருந்து அவனுக்கான சிசுருஷைகளைச் செய்து கிடைத்த சந்தோஷத்தை, திங்கட் கிழமை முதல் இன்னும் ஆறு நாட்களுக்கு இழந்துவிட வேண்டியது எவ்வளவு வருத்தமிக்கது.

பிலோமியும் சில வாரங்களில் தன்னுடைய அக்காளுடைய வீட்டுக்கு வந்துபோவதுண்டு. பிலோமி வந்துவிட்டுப் போன வாரத்தில் இருதயத்துக்குத் திங்கட் கிழமை காலையில் பள்ளிக் கூடம் போகிறதென்பது துரதிருஷ்டமானது. அன்று முழுவதும் இருதயத்தால் அவளுடைய வகுப்புகளில் ஒழுங்காகப் பாடம் நடத்தமுடியாது. பிள்ளைகளைப் பழைய பாடங்களைப் படிக்கச் சொல்லிவிட்டுத் தன்னுடைய சின்ன வயசு ஞாபகங்களை நினைவுப்படுத்திக்கொண்டிருப்பாள்.

அன்னமேரி டீச்சருக்குத் திங்கட் கிழமையினால் எவ்விதத் தீங்கும் இல்லை. அவளுடைய மனசில் அவளுக்குக் கிழமை களில் யாதொரு வேறுபாடுமில்லை. மழைக் காலமும் வேனில் காலமும் இவளுக்கு ஒன்றேபோலத் தோற்றமளித்துச் சென்றன. மழைக் காலத்தில் மழை பெய்து, மழை தருகிற அவஸ்தையைத் தவிர வேறு யாதொன்றையும் அன்னமேரி டீச்சர் உணர்ந்த தில்லை. ஆனாலும் அவளுக்குமொரு துன்பத்தைத் திங்கட் கிழமை தந்தது. சனி, ஞாயிற்றுக்கிழமைகளில், திருத்துகிறதுக் காகவென்று வீட்டுக்குக் கொண்டுவந்த பள்ளிப் பிள்ளைகளின் கட்டுரை நோட்டுகள் அல்லது பரீக்ஷைத் தாள்களைச் சுமந்து கொண்டு போகிறது அவளுடைய ஸ்தூலமான சரீர உடம்புக்குத் தொல்லையைத் தருகிறதாக இருந்தது.

டாரதிக்கும், இக்கிழமை முந்தினநாளின் கொண்டாட்டங் களைப் பறித்து வைத்துக்கொண்டு, அல்ப சுகம் தேடும் ஒரு குணத்தைக் கொண்ட கெட்ட சகவாசமுள்ள பெண்ணைப்

போன்றிருந்ததாகப்பட்டது. ஞாயிற்றுக்கிழமை காலையில் இருந்த வீட்டு வேலைகளை விடவும் திங்கட் கிழமை காலையில் ஏராளமான வீட்டு வேலைகள் இருப்பதுபோன்ற தோற்றம் தந்து கழிந்தது, அந்நாளின் காலைப் பொழுது.

செவ்வாய் கிழமை, மீண்டும் வாழ்க்கையில் நிகழப்போகும் ஒரு ஆனந்தத்திற்கு உறுதியளிப்பது. இன்னும் நான்கு நாட்கள் கழித்து வரப்போகும் ஓய்வு நாளைக் குறித்த நம்பிக்கையை மனசில் ஏற்றிவைப்பது. திங்கட் கிழமையைப் போலவே அதிகாலையும், சூரிய உதயமும், முற்பகலும், பிற்பகலும், மாலைப்பொழுதும் இரவும் சம்பவித்தாலும் இந்த நாள் முன்தினத்தைப் போலவே இல்லை என்று உணர்ந்தார்கள். திங்கட் கிழமையின் நடுப் பகலுக்கும்,இந்த நாளின் நடுப்பகலுக்கும் நிறைய வித்தியாசமிருக்கிறது.

புதன் கிழமையோ இன்னும் முக்கியத்துவமானது. முன் தினத்தில் பெற்ற சிறுசிறு சந்தோஷங்களையும், வரப்போகிற ஓய்வு நாளைக் குறித்த ஞாபகத்தையும் மேலும் உறுதிப்படுத்து கிறது. இன்னொரு காரியத்தையும் இந்தக் கிழமை கொண்டு வருகிறது. ஞாயிற்றுக் கிழமையை அடைய இன்னும் மூன்று நாட்களைக் கழிக்க வேண்டிய துயரத்தை உணரச்செய்கிறது. நாளைக் காலையில் ஞாயிற்றுக் கிழமை பிறக்காதா என்று, நிலைகொள்ள முடியாத குணத்தைப் புதன் கிழமை வழங்கு கிறது. ஆயினும் வாழ்வின் நம்பிக்கையைக் குலைத்துவிட வில்லை இச்சலனம்.

வியாழக் கிழமைதான் டாரதிக்கு ஆங்கிலப் பாடத்தில் கட்டுரை எழுத வேண்டிய நாள். அன்னமேரி டீச்சர் பாடம் எடுக்கிற வகுப்புப் பிள்ளைகளுக்கும், வியாழக் கிழமையில்தான் கட்டுரை எழுத வேண்டிய தினம். எல்லா நோட்டுகளோடும் சேர்த்துத்தான் கட்டுரை நோட்டுகளையும் பள்ளிக்கூடத்தில் வழங்குகிறார்கள். ஆனாலும் கட்டுரை நோட்டுக்கென்று சில கவனிப்புகள் உண்டென்பதை மறுத்துவிட முடியாது. நல்ல ப்ரௌன் பேப்பரினால் கட்டுரை நோட்டுகளுக்கு அட்டை போட்டிருக்க வேண்டியது அவசியம். கட்டுரை நோட்டுகள் அநேக காலம் வகுப்பு ஆசிரியைகளோடே இருந்துவரும். அந்த நோட்டில், எல்லா நோட்டுகளிலும் எழுதி, மார்க் போடுகிறது போலத்தான் சிவப்பு மையை உபயோகப்படுத்துகிறார்கள். இருந்தாலும் கூட இந்த மையின் உன்னதத்தை வேறு நோட்டு களில் பார்க்க முடியவில்லை. இந்த மை எழுத்தின்மீது பள்ளிப் பிள்ளைகள் செலுத்துகிற பிரியத்தை மற்ற நோட்டுகளில் ஆசிரியைகள் எழுதிய எழுத்தின் மீது செலுத்த முடியாதது துரதிருஷ்டவசமானதே. வியாழக் கிழமை கட்டுரை நோட்டைப்

பார்க்கலாம் என்பதே, மீண்டும் மீண்டும் எவ்வளவு துயரத்தைச் சந்திக்க நேரிட்டாலும் கூட, நம்பிக்கையைத் தந்து உயிர் வாழும் ஆசையைத் தந்தது டாரதிக்கு. டாரதி தன்னுடைய கட்டுரை நோட்டிற்காக உலகில் வாழ்ந்திருந்தாள்.

ரெயினீஸ் ஐயர் தெரு வீடுகளில், எல்லா வீடுகளிலும், நல்ல பணப் புழக்கம் உள்ள நேரம்-மாதத்தின் முதல் வாரமே. மாதத்தின் முதல் வாரத்தில், அனேகமாய்த் தினந்தோறும் இராப் போஜனத்திற்கு, அவரவருக்கு இஷ்டமான மீன்களை வாங்கிச் சமைத்துச் சாப்பிடுகிறதுண்டு.

மீன், கறி இவைகளை வாங்கிவரவென்று தனியே துணிப்பையோ சாக்குப் பையோ உண்டு. இருதயத்து வீட்டில் இதுக்காகவென்று நல்ல சாக்குப் பை ஒன்றிருக்கிறது. இந்தச் சாக்குப்பை அவளுடைய வீட்டுக்கு வந்து இருபது வருஷங்களாகிவிட்டன. அவன், சேசய்யா நல்ல உடம்போடு நடமாடிக் கொண்டிருந்த காலத்தில் திருவனந்தபுரத்துக்குப் போயிருந்த போது, அந்தச் சாக்குப் பையில்தான் சில சாமான்களை வாங்கிக்கொண்டு வந்திருந்தான். பின்னால் இந்தப்பையே மீன் வாங்குகிறதுக்காக அடுப்படியில் அங்கணக் குழிக்கு மேலே ஆணியில் தொங்க ஆரம்பித்தது.

அன்னமேரி டீச்சருடைய வீட்டில் ஐமுக்காளப் பையும், ஹென்றி மருத நாயகத்துடைய வீட்டில் சாம்ஸனுடைய அம்மா வாழ்ந்த காலத்தில் அவள் டவுன் ஜவுளிக் கடையில் வாங்கிய சேலையோடு கொடுத்த ஜவுளிக்கடை மல் துணிப்பையும், ஆசீர்வாதம் பிள்ளையுடைய வீட்டில் பிரப்பத்தாலான பழைய கறுத்துப்போன கூடையும், அடைக்கலாபுரம் கோயில் பாதிரியும், டாரதியுடைய பெரியப்பாவுமான ஜெயராஜ் ஐயருடைய வீட்டில் நல்ல உயர்தரமரன பிளாஸ்டிக் பையும் இருந்தது.

ஒவ்வொரு வீட்டிலும் மீன், கறி போன்றவைகளை வாங்குகிறதில் தேர்ச்சி பெற்றவர்கள் இருந்தார்கள். அதுவரையிலும் முக்கியமற்றவர்களைப்போல வாழநேர்ந்த அவர்களுக்கு, மீன் அல்லது ஆட்டுக் கறியை வாங்கப்போகின்ற தருணத்தில், எல்லோராலும் அவர்களுடைய திறமை போஷித்துக் கொண்டாடப்பட்டு, அவர்கள் அப்போது அக்குடும்பத்தில் மிக உயர்வான அந்தஸ்த்தை வகிப்பார்கள்.

சாம்ஸனுக்கு அவனுடைய வீட்டில் என்ன, அவனுடைய அந்தக் குறுகிய தெருவிலேயே என்ன மதிப்பிருந்தது? அவனைக் குறித்து, அந்த ஊரில், திருச்சபையைச் சேர்ந்த பல கிறிஸ்தவக் குடும்பங்களிலேயே அவ்வளவான பெயர்

கிடையாது. தியோடரை விடவும், சாம்ஸன், அநியாயம் நிரம்பிய சாத்தானுடைய பிள்ளையாக நினைக்கப்பட்டான். இந்த சாம்ஸனும் எப்படியோ, மீன்களில் நல்ல இனத்தையும் கெட்டுப்போகாதவைகளையும் தெரிந்து வாங்கும் அபூர்வமான திறமையைப் பெற்றிருந்தான். இந்தத் திறமையை அவனுக்கு யார் அளித்தார்கள் என்பது யாராலும் அறியமுடியாத ஒன்று. என்றாலும்கூட அவனிடம் இந்த நல்ல பழக்கம் இருந்தது நிஜமே.

மாதத்தின் இரண்டாவது வாரம் மிதமான, அமைதி நிரம்பிய நாட்களைக் கொண்டது. தெருவில் உள்ள எல்லோரும் இனி எதை முன்னிட்டும் ஒருவருக்கொருவர் சச்சரவு செய்து கொண்டிருக்கமாட்டார்கள் என்பதுபோலத் தோன்ற வைப்பது. எல்லாக் காரியங்களையும் மாதத்தில் ஏழாம் நாள் முடித்து, எட்டாம் நாள் துவக்கம் – பதினைந்தாம், பதினாறாம் நாள் வரைக்கும் அன்பும் அருளும் நிரம்பிய வாழ்க்கையை வாழ்ந்துவரும் மனிதர்களின் தோற்றம், அவர்களின் ஒவ்வொரு பாவனையிலும் இருந்தது. துஷ்ட குணங்களைப் போக்கிவிட்டு வாழ்பவர்கள். அதிசயப்படும்படியான எளிமையும் சாந்தமும் பெற்றிருந்தார்கள். அண்டை அயலாரிடம் மிகுந்த அன்பு பாராட்டினார்கள். எல்லோரும் வெறுத்து ஒதுக்குகிற பெண்ணான அன்னமேரி டீச்சர் கூட இரக்க சித்தமுள்ளவ ளாகத் தோன்றுவாள்.

எல்லா வாரத்தினுடைய நாட்களைப் போலத்தான் இரண்டாவது வாரத்தின் நாட்களும் இருக்கின்றன. பிறந்தது முதலாய் கணக்கிடுகிற கிழமைகளையே இந்த வாரத்தின் நாட்களிலும் சொல்லி அழைத்தார்கள். இந்த நாட்களுக்கான கிழமைகள் புழங்கிய உணர்வைத் தரவில்லை. இந்த வாரத்துக் கென்று தீர்க்கதரிசனமும், இயேசு சாமியைப்போல மனிதர் களிடத்தில் அன்பு நிரம்பிய ஒரு யுவனால் அறிவிக்கப்பட்ட கிழமைகளைப்போல, இக்கிழமைகளின்மீது பிரியப்பட்டார்கள்.

துன்பங்கள் அறவே ஒழிந்துவிடவில்லை. சிறிதே வீரியத்தை இழந்துபோயிருந்தன. அடுத்த நாள், அடுத்தவாரம், அடுத்த மாதம், அடுத்த வருஷம் வரையிலும்கூட நீடித்திருக்கப் போகிற துக்கம் இப்போதும் இருந்தது. இருதயத்துக்கு சேசய்யா இருந்தானே! அவள் வீட்டின் ஒளி மெதுவே எங்கோ சென்று ஒளிந்துகொண்டிருக்கிறதை அவளே பார்க்க, அவள் காலமும் அவனோடு கழியவில்லையா? மிருதுவற்ற சூழ்நிலைகள் இருவரை யும் சுற்றிப் பரிகசித்துக் களிக்கும் நிலையிலும், இந்த இரண்டா வது வாரம் மட்டும் ஏதோவொரு ஆனந்தம் தந்துபோகிறது.

தெருவின் ஆரம்பம் என்று திருவனந்தபுரம் ரோட்டிலிருந்து தெரு பிரிந்துவருகிற இடத்தைத்தான் சொல்லமுடியும். இந்த இடத்தில் இரண்டு புறங்களிலும் திருவனந்தபுரம் ரோட்டைப் பார்க்க இரு பெரிய வீடுகள் இருந்தன. ஒருபுறத்து வீட்டில்தான் காளிமார்க் கம்பெனி இருந்தது. மறுபுறத்து வீடு– அடிக்கடி ஆட்கள் வசிக்காமல் அவ்வீடு – காலியாகக் கிடக்கும். இந்த வீடு ஜாஸ்லின் பிள்ளையுடைய குடும்பத்தாருக்குச் சொந்தமானது. ஜாஸ்லின் பிள்ளை வீட்டில் ஆண்களும் பெண்களும் உயரமாக இருப்பார்கள். ஆண்களின் திரேக நிறம் கருப்பு. பெண்கள் மாநிறத்தவர்கள். ஆண்களின் உதடுகளில் காக்கையின் இறகுகளில் உள்ள சாம்பல் நிறமிருந்தது. இந்த உதடுகளை அந்த வீட்டுப் பெண்கள் ரொம்பவும் விரும்பிச் சிலாகித்தார்கள்.

பெரிய ரோட்டைப் பார்க்க இருந்த, மூடிச் சாத்துகிற மரக்கதவுகளைக் கொண்ட வாசலுக்கும், வீடு துவங்குகிற பெரிய வாசல் கல்படிகளுக்கும் நடுவே சுமார் அறுபது முழ நிலம் கிடந்தது. இந்த நிலத்தின் மண் நல்ல சிவப்பு நிறமுள்ள செம்மண் இனத்தது. மழைக் காலத்தில் இந்த இடை நிலமெங்கும் இடைவெளியில்லாதபடிக்குப் புல் தரையாக இருக்கும். இரண்டாம் நாள் மழையில் புற்கள் துளிர்விடுகிறதும், பின்னும் தொடர்ந்து பெய்கிற ஐப்பசி மாதத்து அடைமழை நாட்களில் இந்தப் புற்கள் வளர்ந்துகிடக்கும். இவைகளில் தண்ணீர் தேங்கிநின்று பார்க்க ஜாஸ்லின் வீட்டாருக்குப் பேரானந்தம் தந்துநிற்கும்.

மூங்கில் பட்டியல் அடிக்கப்பட்ட தென் வடலான வராந்தாவும் – வராந்தாவுக்குச் சுட்டச் செங்கல்லும் பரவி இருந்தது. செங்கல் இடுக்குகளைச் சுண்ணாம்புச் சாந்தினால் அடைத்திருந்தார்கள். வராந்தாவுக்குப் பின்னால் பட்டக சாலையும், பட்டக சாலைக்கு இடது புறத்தில் மச்சுக்குப் போகிற படிக்கட்டும், பட்டக சாலையின் நடுவே வாசல் விடப்பட்டு வாசலின் இருபுறங்களிலும் இரு அறைகளும், பட்டக சாலை வாசலிலிருந்து பின்புறமாகப் போகிறதுக்கு நடைகூடமும், நடைகூடத்தைத் தாண்டிச் சதுர வடிவிலான வானவெளியும், வானவெளியின் ஒரு பக்கத்தில் அடுப்படியும், இதற்கு எதிர்ப்புறத்தில் பழைய சாமான்களைப் போடுகிறதுக்காகவென்று ஒரு அறையுமாக ஜாஸ்லின் பிள்ளையுடைய வீடு இருந்தது.

ஜாஸ்லின் பிள்ளைக்கு வெள்ளைக்காரர்களின் மேல் அளவற்ற மதிப்பு இருந்தது. இதன் நிமித்தம் அந்த நாட்களிலேயே முருகன் குறிச்சியூரில் ஜாஸ்லின் பிள்ளை வீட்டில்

இலவம் பஞ்சு மெத்தை போடப்பட்ட சோபாக்களும், சாப்பாட்டு மேஜை, நாற்காலிகள், அலங்கார லஸ்தர் விளக்குகள் என்று இருந்தன.

மச்சில் மட்டும் சுண்ணாம்புக் கொழுப்பினால் ஆன தளம் போடப்பட்டிருந்தது. மச்சிலும் கீழே உள்ளதைப் போன்ற அமைப்பிலேயே அறைகள் கட்டப்பட்டிருந்தன. மச்சில் வீட்டு ஆட்களுக்குப் போக விருந்தாளிகளுக்கென்று மெத்தை, தலையணைகள் சுருட்டிவைக்கப்பட்டுக் கிடக்கும். மச்சுப் படியேறி உள்ளே நுழைந்தவர்கள் இந்த மெத்தை தலையணை களின் பழைய துணி வாசனையைத்தான் உணர்வார்கள். பின்னுமொரு மணம் அந்த மச்சில் இருந்தது. அது நெல் காயப்போட்ட வாடை. மழைக் காலத்தில் மச்சில்தான் துணிகள் காயும் வழக்கமிருந்தது அந்த வீட்டில்.

ஜாஸ்லின் பிள்ளை, பள்ளிக்கூடத்து நாடாக்கமார் வாத்தியார்களைப்போல எட்டுமுழ மல் வேட்டியைக் கட்டி, மேல் தட்டை மடித்துக் கட்டியிருப்பார். ஜாஸ்லின் பிள்ளைக்கு நான்கு ஆண்களும் மூன்று பெண் பிள்ளைகளும் ஏற்பட்டிருந் தார்கள். இவர்களுடைய அம்மாவான அமலியா இவர்களுடைய இனத்தார்களுக்குள்ளே நல்ல பெண்ணென்று பேர் பெற்றவள். ஆனாலும்கூட இவளாலும்கூட இந்தக் குடும்பத்தின் சீரழிவைத் தடுக்கமுடியவில்லை. பெண் பிள்ளைகளுக்கு நல்லவிதமாகக் கல்யாணம் செய்துகொடுத்திருந்தும் இரண்டு பெண்கள் புருஷனோடு வாழாமல் வந்துவிட்டார்கள். ஒருத்தி மட்டும் மதுரையில் குடித்தனம் நடத்திவந்தாள். ஆண் பிள்ளைகளில் மூத்தவன் டேவிட் மட்டும் கல்யாணம் ஆகிறவரைக்கும் உள்ளூர் காலேஜில் வேலை பார்த்துக் குடும்பத்தை வெகுவாகக் கவனித்து வந்தான். மற்ற மூவரில் ஒருவன் நாடகத்தில் நடிக்கப் போய்க் கெட்டலைந்தான். இன்னொருவன் தாழ்ந்த ஜாதிப் பெண்ணோடு வாழ்க்கை நடத்திவந்தான். மூன்றாமவன் பஸ் கம்பெனி முதலாளி ஒருவருடைய பையனோடு குடித்தே அழிந்து போனான்.

இப்போது ஜாஸ்லின் பிள்ளையும் இல்லை. அவர் இறந்து போய்க் கொஞ்ச காலமாகிவிட்டது. சாகிறவரைக்கும் அந்த வீட்டை விட்டு ஜாஸ்லின் பிள்ளை போகவே இல்லை. வீட்டின் பேரில் ஏகப்பட்ட கடன் வாங்கியிருந்தும், கடன்காரர்கள் இவர் மேல் கொண்டிருந்த அபிமானத்தின் நிமித்தம் ஜாஸ்லின் பிள்ளையுடைய அந்திமக் காலம் முடியும் வரைக்கும் அவரிடத்தில் கடனைப்பற்றிப் பிரஸ்தாபிக்கவே இல்லை. எல்லோரும் மிகுந்த கௌரவத்தோடு நடந்துகொண்டார்கள். அமலியாவும், வாழா வெட்டியாக இருந்துவந்த இரண்டு

பெண்பிள்ளைகளும், மூத்தவன் டேவிட்டோடு போய் வாழ ஆரம்பித்தார்கள்.

ஜாஸ்லின் பிள்ளை இறந்துபோன அன்றைக்கு தியோடர் வந்திருந்து எல்லா உதவிகளையும் செய்தான். அந்தப் பக்கத்தில் யாருடைய வீட்டில் நன்மை, தீமை நடந்தாலும் அதுக்கெல்லாம் தியோடர் இல்லாமல் தீராது. யாரும் அவனை வந்து கூப்பிட வேண்டியதே இல்லை. அவனுடைய மனசு இந்த நிலைகளை யெல்லாம் கடந்திருந்தது. யாரையும் எதிர்பார்த்து அவன் எதுவும் செய்யவில்லை. தியோடருக்கு இந்தக் காரியங் களிலெல்லாம் மனசுக்கு அமைதியும் பெலமும் கிடைத்தது.

ஜாஸ்லின் பிள்ளையிடம் அவர் இருந்த காலம்வரைக்கும் மோரீஸ் எய்ட் கார் ஒன்று இருந்தது. அந்தக் காரை மாஞ்சோலை எஸ்டேட்டில் இருந்த வெள்ளைக்காரர் ஒருத்தரிடமிருந்து வாங்கியிருந்தார். அந்தக் காரை வெகு காலமாக ஓட்டி வந்தவர் இருளப்ப பிள்ளை. அந்தக் காருக்கு ஆரம்பத்தில் மிலிட்டிரி பச்சை வர்ணம் அடித்திருந்தது. கார் வந்த புதுசில் ஜாஸ்லின் பிள்ளையுடைய அம்மாவும் அப்பாவும் வயதாகிப் போயிருந் தார்கள். ஞாயிற்றுக்கிழமை முருகன் குறிச்சி கோவிலுக்கு ஸர்வீஸ் ஆரம்பிக்கிற மணியோசை கேட்க ஆரம்பித்ததும் அந்தக் கார் வீட்டுக்கு முன்பிருந்து புறப்படும். இருளப்ப பிள்ளைக்கு ஞாயிற்றுக்கிழமை லீவு. காரை ஜாஸ்லின் பிள்ளையே ஓட்டிக் கொண்டு வருவார். முன் ஸீட்டில் அவருக்குப் பக்கத்தில் அவருடைய தகப்பனார், ஜரிகைக் கரை வைத்த நேரியல் துண்டு கழுத்தைச் சுற்றிக்கிடக்க உட்கார்ந் திருப்பார். பின் ஸீட்டில் ஜாஸ்லின் பிள்ளையுடைய அம்மா வும் அவருடைய மனைவி அலியாவும் உட்கார்ந்திருப்பார்கள். அப்போது மூத்தவன் டேவிட் மட்டும் பிறந்திருந்தான். கார் வாங்கியிருந்தபொழுது அவனுக்கு இரண்டு வயதாகியிருந்தது.

வீட்டில் ஜாஸ்லின் பிள்ளையுடைய தங்கச்சி ரோஸம்மாள் இருந்துவந்தாள். அவளுடைய புருஷன் தேவயிரக்கம். களக்காட்டூரில் பெரிய குடும்பத்தைச் சேர்ந்தவன். களக்காட்டூர் கோவில் தெருவில் இருந்த பெரிய காரைக் கட்டுவீடு அவர் களுக்குச் சொந்தமானது. களக்காட்டு மலையடியில் ஏராள மான நிலங்களும் இருந்தன. ரோஸம்மாள் ஜாஸ்லின் பிள்ளையைப் போல் நல்ல வளர்த்தியானவள். தலைமுடி முழங்கால்வரை வந்துகிடக்கும். அகலமான பிருஷ்டங்களைக் கொண்டவள். இருந்தும்கூட தேவயிரக்கம் தாழாக்குடியூருக்கு அடிக்கடி போய்வருவான். ரோஸம்மாளிடம் அவன் பிரியமாக இல்லை என்று சொல்ல முடியாது. தாழாக்குடியில் பத்மநாபபுரத்து,

அரண்மனையில் வேலை பார்க்கிற பிள்ளைவாள் ஒருத்தர் வீட்டுக்குத்தான் போய் வருகிறானென்று சொல்லிக் கொண்டார்கள், ரோஸம்மாளுடைய உடம்புக்கும் மனதுக்கும் சம்பந்தமே இல்லை. ரோஸம்மாளுக்குக் கிறிஸ்தவ வெள்ளாள வீட்டுப் பெண்களைப்போல ஏசு சுவாமியின் பேரில் அளவற்ற விசுவாசம் இருந்தது. அவளை அதிகமாகப் படிக்க வைக்க வில்லை. அவர்களுடைய அப்பா ஏசுவடியான் பிள்ளை பெண் பிள்ளைகளை வளர்க்கிறதில் மிகுந்த கவனத்தோடு இருந்தார். மேலும் 'பெண் விடுதலை' என்கிற பதச்சேர்க்கை அப்போது தமிழ் பாஷையில் இல்லை. பெண்களுக்கு யாரும் கேடிழைத்து விடவில்லை.

ரோஸம்மாள் வாக்கப்பட்டிருந்த வீட்டில், தேவயிரக்கத் தோடு ஒரே ஒரு பையன் மட்டுமே கூடப் பிறந்தவன். அவன் அண்ணனுக்கு நேர்மாறான குணங்களைக் கொண்டவன், தன் தகப்பனாரோடு விவசாயத்தைக் கவனித்துவந்தான். இரட்டை மாட்டு வில் வண்டிகள் இரண்டு அந்த வீட்டுக்குச் சொந்தமா யிருந்தது. ஒரு வில் வண்டியை பெண்கள் உபயோகப்படுத்தி னார்கள். வண்டிகளுக்கு தாழம்பாயினால் கூண்டு கட்டி, மேல் கூண்டை வர்ணத் துணிகளினால் மூடியிருக்கும். இரண்டு திறப்புகளிலும் பட்டுக் குஞ்சலங்கள் தொங்கி ஆடும். கால் வைத்து ஏறுகிறபடி. வெண்கலத்தினால் ஆனது. உள்ளே கால்கள் புதைகிற அளவுக்கு மெத்தை. வண்டியோட்டுகிறவனுக்கு முன் சட்டங்களின் மேல் பலகை அடித்திருந்தது. முதுகில் கையை வைத்தால் நாலுகால் பாய்ச்சலில் ஓடுகிற வெள்ளைக் காளைகள். எல்லாமே பார்த்துப் பார்த்துச் செய்தது.

ரோஸம்மாள் தன்னுடைய கொழுந்தப் பிள்ளையை தன்னுடைய மகனைப் போலவும், உடன்பிறந்த தம்பியைப் போலவுமே நினைத்துவந்தாள். அவளுடைய மாமனாருக்குத் தன் மகன் செய்கிறது எதிலும் உடன்பாடு கிடையாது என்றாலும் அவரால் மருமகளோடு பேச முடியுமா என்ன? அந்த மாதிரி யான பழக்கம் இன்னும் அந்த வெள்ளாளக் கிறிஸ்தவர்களுக் குள் ஏற்பட்டிருக்கவில்லை. சின்னவன்தான் ரோஸம்மாளைச் சுற்றிச் சுற்றி 'மதினி மதினி' என்று சதாவும் அழைத்து திரிந்தான். மதினிக்காக அந்தப் பிள்ளை ஏதேதோ செய்தான். தன் தமையன் மதினிக்கு இழைத்திருக்கிற அநியாயத்தை அவன் தன்னுடைய உண்மையான செயல்களின் மூலம் துடைத்துப் போட நினைத்துவிட்டவனைப்போல இருந்தான். ரோஸம்மாள் யாரிடமும் தன்னுடைய மனதிலிருந்ததைச் சொல்லிக் கேட்ட வளே இல்லை. அவளுடைய மனம் என்ன விரும்புகிறது, எதை

வெறுக்கிறது என்பதை அவளே அறியாள். இப்படியொரு அபூர்வமான மனசைப் பெற்றிருந்தாள் ரோஸம்மாள். களக்காட்டூரில் அவளுக்குப் பிடித்தமானது அந்த மலைதான் – மாமனார், கொழுந்தன், கோயில் தெருவில் இருக்கிற மற்ற உறவினர்கள், அந்தப் பட்டுக் குஞ்சலங்கள் கட்டிய வில் வண்டி, அத்தனை பெரிய வீடு இவைகள் எல்லாவற்றையும்விட ரோஸம்மாள் தூரத்தில் தெரியும் கரும்பச்சை நிற மலைகளையே வெகுவாக நேசித்தாள். மாடியில் ரோஸம்மாளுக்கும் அவளுடைய புருஷனுக்குமாக ஒரு அறை இருந்தது. அந்த அறையின் இரண்டு ஜன்னல்களும் மேல்புறமாக இருந்தன. ஜன்னலடியில் கட்டில் போட்டிருந்தது. கட்டிலில் உட்கார்ந்துகொண்டு அந்த மலைகளைப் பார்த்தபடியே அந்த வீட்டில் ஆறு வருஷங்களைக் கழித்தாள் ரோஸம்மாள்.

ஒரு வருஷம் பண்டியல் சமயத்தில் ரோஸம்மாள் பாளையங்கோட்டைக்கு வந்தாள். அவளை ஏசுவடியான் வீட்டிலேயே அப்படியே வைத்துக் கொண்டுவிட்டார். தேவயிரக்கம் தாழாக்குடியை விட்டு வெளியே வந்து ஏழெட்டு மாதங்கள் இருக்கும். தாழாக்குடிக்கே எப்படியோ விஷயம் தெரிந்துபோய் ஒரு நாள் நாகர்கோவில் பஸ்ஸில் ஏறிப் பாளையங்கோட்டைக்கு வந்துசேர்ந்தான். ஏசுவடியான் மருமகனை மரியாதையோடு வரவேற்றார். ஜாஸ்லின் பிள்ளைக்கு அப்போது பதினெட்டு வயது இருக்கும். அவர் அத்தான் வீட்டுக்குள் வந்ததும் வெளியே போய்விட்டார். தேவயிரக்கம் ரொம்பவும் வருந்தி அழுதான். ஆனால் தாழாக்குடிக்குப் போகமாட்டேன் என்று சொல்லமுடியாத துரதிருஷ்டசாலியாக இருந்தான் அவன். அவனுக்கு ரோஸம்மாளின் மீதுள்ள உரிமை இரண்டு பேரும் சாகிற மட்டும் உண்டும், ரோஸம்மாளை நினைத்தால் இங்கே வந்து பார்த்துவிட்டுப் போகலாமென்றும் சொல்லிவிட்டார். ரோஸம்மாளுக்குத் தன்னுடைய வாழ்வு என்ன ஆனது என்றே தெரிந்துகொள்ள முடியாத அளவு அவள் அப்பிராணியாக இருந்தாள், தேவயிரக்கத்தின் தம்பிதான் எப்போதாவது ஊரிலிருந்து மதினியைப் பார்க்க ஏதேதோ வண்டிகளைப் போட்டுக்கொண்டு வருவான். களக்காட்டுப் பெரியவர் இது சம்பந்தமாக வாயையே திறக்கவில்லை. அவருக்கு உள்ளூர மருமகளின் பேரில் ஏராளமான வாஞ்சை இருந்தது. சின்னவன் பாளையங்கோட்டைக்குப் புறப்படுகிற போதெல்லாம் அவரையும் கூப்பிடுவான். கொஞ்ச நேரம் யோசனை செய்து பார்த்துவிட்டு அவனை மட்டும் அனுப்பி வைப்பார். பண்டியல் தோறும் அவன் இருந்தவரைக்கும் ரோஸம்மாளுக்குப் புடவை எடுத்து அனுப்பிவைப்பார்.

அவருடைய காலத்திற்குப் பிறகு சின்னவன் இதை தன்னுடைய முக்கிய கடமையாகக் கொண்டு செய்துவந்தான். பிற்பாடு அவனுக்கும் கல்யாணமாகிவிட்டது. அவனுடைய கல்யாணத்திற்கு அவனே வந்து ஏசுவடியான் பிள்ளையிடம் மதினியை அழைத்துப்போகிறேனென்று கெஞ்சினான். மூன்று நாட்கள் காத்துக்கிடந்து அவரை நச்சரித்தான். கல்யாணத்துக்கு முன்தினம் அவனே வண்டி போட்டுக்கொண்டு வந்து ரோஸம்மாளை அழைத்துக்கொண்டு போனான். கல்யாணமான மறுநாளே அவளை வண்டியில் கொண்டுவந்து விட்டான். ரோஸம்மாளுக்குப் பெண் பிடித்திருந்ததாக ஏசுவடியானிடம் சொன்னான்.

தேவயிரக்கம் தாழாக்குடியிலேயே செத்துப்போனான். தாழாக்குடியிலிருந்து களக்காட்டுக்கு ஆள் வந்தது, களக்காட்டிலிருந்து சின்னவன் அப்படியே பாளையங்கோட்டைக்கு ஓடி வந்தான். ஏசுவடியான் ரோஸம்மாளை விடவில்லை. ரோஸம்மாள் அழுதாள். பிறகு எப்படியோ சமாதானம் ஏற்பட்டு ஜாஸ்லினும் ரோஸம்மாளும் அவனோடு தாழாக்குடிக்குப் புறப்பட்டார்கள்.

தேவயிரக்கத்து உடம்பெல்லாம் பூரித்துப்போயிருந்தது. தாழாக்குடிப் பெண் அவன் மேல் விழுந்து புரண்டு கதறிக் கொண்டிருந்ததைப் பார்க்க ரோஸம்மாளுக்கு ஆச்சரியமாக இருந்தது. அவளுக்கும் தேவயிரக்கத்துக்கும் பிறந்த இரண்டு பிள்ளைகளும் அவன் மேல் விழுந்து அழுது புரண்டதைப் பார்த்து ரோஸம்மாளால் தாள முடியவில்லை. அந்தக் குழந்தைகளை அப்படியே தன்னோடு இழுத்துக்கொண்டாள். அவனைப் புதைக்கிறதுக்கு சி. எஸ். ஐ. சர்ச்சில் இடம் கொடுக்கவில்லை. பிறகு அவனை ஊருக்கு வெளியே புதைத்தார்கள்.

ஞாயிற்றுக் கிழமை கோயிலுக்கு ஜாஸ்லின் பிள்ளை தன்னுடைய மோரீஸ் எய்ட் காரில் அப்பா, அம்மா, மனைவி முதலானவர்களை அழைத்துக்கொண்டு போனபோது இரண்டே வயதான மூத்தவன் டேவிட்டைக் கவனித்துக்கொண்டவள் ரோஸம்மாள்தான். அமலியாவுக்குப் பிறந்த எல்லாக் குழந்தைகளையுமே ரோஸம்மாள் கவனித்துக்கொண்டாள்.

எல்லோரும் பள்ளிக்கூடம் போகிற வயது வந்தபோது ரோஸம்மாள்தான் அவர்களைப் பள்ளிக்கூடத்தில் கொண்டு போய் காரில் விட்டு, அழைத்துவருவாள். சாயந்தரம் அவர்கள் ரெயினீஸ் ஐயர் கல்லறையில் விளையாடுவார்கள். இருட்டின பிறகும்கூட வீட்டுக்கு வர விருப்பமில்லாதவர்களாய் விளையாடிக் கொண்டிருக்கிற பிள்ளைகளை ரோஸம்மாள் தான் தோள்களிலும் இடுப்புகளிலுமாகத் தூக்கிக்கொண்டு வருவாள்.

பெரியவன் டேவிட் காலேஜுக்குப் போக ஆரம்பித்தபோது ரோஸம்மாள் பாம்பு கடித்துச் செத்துப்போனாள். புறவாசலில், கிணற்றடியில் பாம்பு கடித்து விழுந்துகிடந்தாள். அப்போது முன்னால் உட்கார்ந்து எல்லோரும் பேசிக்கொண்டிருந்தார்கள். ரோஸம்மாளுக்கு நேர்ந்த கதியை அவர்கள் இருட்டி வெகு நேரம் கழித்தே, கார் ஓட்டுகிற இருளப்ப பிள்ளை பின்னால் கை கால்களைக் கழுவுகிறதுக்காகக் கிணற்றடிக்கு வந்தவர் பார்த்துத்தான் தெரிந்துகொண்டார்கள். லேசாக உடம்பு வீங்கி இருந்ததை வைத்துக் கட்டுவிரியன் கடித்ததாகத் தெரிந்து கொண்டு பாம்பைத் தேடினார்கள். ரெயினீஸ் ஐயருடைய கல்லறையில் ஏராளமான கோரைப் புற்கள் வளர்ந்திருந்தன. கல்லறைச் சுற்று இரும்பு வேலியிலும், அடிவாரச் சுவரிலும் பொந்துகள் இருந்தன. பாம்பு அங்கே இருந்துதான் வந்திருக்க வேண்டுமென்று நிச்சயப்படுத்திக்கொண்டார்கள்.

எதுவானாலும் ரோஸம்மாள் என்கிற அபூர்வமான பெண் செத்துப்போனாள். நீண்ட தலைமுடியும், உயரமான உடம்பும் உள்ள ராஜ வம்சத்துச் சாயலுள்ள பெண்களின் இறுதி இப்படித் தான் நேரும்போல.

அவளுடைய சாவுக்குப் பிற்பாடு ரெயினீஸ் ஐயர் தெருக் காரர்களுக்குப் பாம்பு பயம் ஏற்பட்டது. கல்லறையைச் சுத்தப் படுத்துகிறதுக்காக டயோசிசிலிருந்து ஆட்கள் வந்தார்கள். முருகன் குறிச்சி வாய்க்காலுக்கு அப்பால் வசித்துவந்த சில தேவமார்கள் ஒருநாள் பூராவும் வேலை பார்த்துக் கல்லறையைச் சுத்தம் செய்தார்கள். தியோடர் அவர்களோடு அன்று பூராவும் இருந்து உதவினான். அப்போது தியோடருக்குப் பத்து வயதிருக்கும்.

ரோஸம்மாள் செத்துப்போனது ஜூன் மாதத்தில். அப்போது தான் தெருவுக்குப் பின்னாலுள்ள வாய்க்காலில் தண்ணீர் வரும். வாய்க்காலுக்கு அப்பால் இருந்த நாவல் பழத் தோப்பில் இடையிடையே சில நல்ல ஜாதி மாமரங்களும் நின்றிருந்தன. வாய்க்காலில் தண்ணீர் வருகிறதும், பள்ளிக்கூடங்கள் கோடை கால விடுமுறைக்குப் பின்னால் திறக்கிறதும், அந்த மாமரங் களிலே காய்கள் போடுகிறதும் தொடர்பாக நிகழும் அவர்கள் வாழ்வில்.

டாரதி பாளையங்கோட்டைக்கு அப்பாவோடு வந்த போது ஜாஸ்லின் பிள்ளையுடைய வீடு காலியாகிக்கொண் டிருந்தது. அவள் வந்த மறுநாள்தான் அந்த வீட்டிலிருந்த எல்லோரும் புறப்பட்டுப் போனார்கள். பெரியப்பா வீட்டுக்கு வந்தபிறகு ஜால்லின் பிள்ளை வீட்டைப்பற்றிப் பள்ளிக் கூடத்தில் கேட்டுத் தெரிந்துகொண்டாள்.

ஜாஸ்லின் பிள்ளை வீட்டைப்பற்றி டாரதி கேள்விப்பட்ட பிறகு, அவள் அந்த வீட்டைத் தாண்டிப் போகிறபோதெல்லாம் அவள் பார்த்திராத அந்த வீட்டு மனிதர்கள் அவளுடைய ஞாபகத்தில் வராமல் போகமாட்டார்கள். எல்லோரையும்விட அவளுடைய மனசில் அதிகமாய் இருந்தது ரோஸம்மாள்தான். ஜாஸ்லின் பிள்ளை வீட்டு மாடியில் கடைசி ஜன்னலில் ஒரு இளஞ்சிவப்பு நிறத்தில் திரைச்சீலை தொங்கிக்கொண்டிருந்தது. ஜாஸ்லின் பிள்ளை வீட்டார் வீட்டைக் காலி செய்துவிட்டுப் போகிறபோது அந்தத் திரைச் சீலையை அப்படியே விட்டு விட்டுப் போய்விட்டார்கள். அந்த வீட்டுக்கு வேறு யாரெல் லாமோ குடி வந்து போயும்கூட அந்த ஜன்னல் சீலை மட்டும் அப்படியே கிடந்தது. ஒருநாள் தற்செயலாகத்தான் அந்த ஜன்னல் திரையை அண்ணாந்து பார்த்தாள். அன்றுமுதல் அந்த ஜன்னல் திரையைப் பாராமல் அந்த இடத்தைத் தாண்டிப் போகமுடியவில்லை டாரதியால், அந்தச் சீலையை அங்கே மாட்டினவள் ரோஸம்மாளாகத்தான் இருக்குமென்று டாரதி நினைத்தாள். மத்தியானமும் இல்லாமல் சாயந்திரமும் ஆகியிராத நடு வினோதமான நேரத்தில் அந்த ஜன்னல் திரையை ரோஸம்மாள் அங்கே தொங்கவிட்டிருக்கலாம். அன்று அவள் தன்னுடைய தேவயிரக்கத்தைப் பற்றி அவசியம் நினைத்திருப்பாள். களக்காட்டு வீட்டில், மலைகளைப் பார்த்துக் கொண்டிருந்த ஜன்னலடி அவளுக்கு ஞாபகம் வந்திருக்கும். அந்த இளஞ்சிவப்புத் திரைச்சீலை தொங்கவிடப்பட்டிருக்கிற ஜன்னல் கம்பிகளின் வழியாய், தன்னுடைய தலையிலிருந்து கழிந்த சிக்கு முடிகளைப் போட்டிருப்பாள்.

அப்பாவைப் பற்றி நினைக்கிறபோதெல்லாம் டாரதிக்கு ஜாஸ்லின் பிள்ளை வீட்டு மாடி ஜன்னல் ஞாபகத்துக்கு வருகிறது. எல். டி. எஸ். பீரியட் ஒவ்வொரு வாரமும் வெள்ளிக் கிழமை கடைசி பீரியடாக இருக்கும். அதற்கு மறுநாள்– சனிக்கிழமை – அனேகமாக விடுமுறை நாளாக இருக்கும். எல். டி. எஸ். பீரியடுக்கும் அந்த ஜன்னல் திரைச்சீலைக்கும் என்ன சம்பந்தம் இருக்கிறதென்று தெரியவில்லை. எல். டி. எஸ். பீரியடைப் பாடத்திட்டத்தில் புகுத்தினவர்கள் அம்மாவோடு ஆற்றில் ரயில் பாலத்துக்குக் கீழே குளித்தவர்களாக இருக்க வேண்டும். அம்மாவோடு ஆற்றில் குளித்த ஞாபகமெல்லாம், எல். டி. எஸ், பீரியட் நடக்கும்போது ஏன் வருகிறது என்பதைப் புரிந்துகொள்ள முடியவில்லை. பாட்டுக்களும் சிறுசிறு மனதுக்கிசைந்த கதைகளும் பாடப்புத்தகங்களில், பைபிளில் வருகிற பாத்திரங்களை வைத்துச் சிருஷ்டிக்கப்பட்ட ஓரங்க நாடகங்களுமாய்க் கழிகிற பீரியட் எல். டி. எஸ். பீரியட். சனிக்

கிழமை விடுமுறை நாளின் சந்தோஷத்தை முதல்நாள் சாயந்திரமே ஆரம்பித்துக் கொடுக்கிற பீரியட் இல்லையா அது.

எல். டி. எஸ். பீரியடுக்கென்று எல்லா வகுப்புகளிலும் சில பேர்கள் இருக்கிறார்கள். அந்தப் பிள்ளைகள் அவ்வளவாய் வகுப்புப் பாடங்களில் கவனம் செலுத்தாத பிள்ளைகள். குரு தெருவிலிருந்து வருகிற கிரேஸ் எலிசபெத் எல். டி. எஸ். பீரியடைச் சோபிக்கச் செய்கிறதுக்காகவே வாழ்ந்துவருகிற பெண்பிள்ளை. அவளுடம்பில் எப்போதும் மீனின் கவிச்சை வாடை இருக்கும். அவளுடைய அப்பாவுக்கு ஊழிய ஸ்தானத்தில் வேலை. அம்மா முனிசிபல் பள்ளிக்கூடத்தில் வேலையாக இருந்தாள், அவளுடைய திரேகம் சாம்பல் வர்ணத்தில் இருந்தது. நாடாக்கமார் வீட்டுப் பெண்களைப்போல அவளும் அகலமான கருத்த உதடுகளைப் பெற்றிருந்தாள்.

கிரேஸ் எலிசபெத் கிறிஸ்தவக் கீர்த்தனைகளை எல்லாம் வெகு நன்றாகப் பாடுவாள். அவளை வெறுத்த ஆசிரியைகளும் கூட அவளுடைய பாட்டைப் பக்கத்து வகுப்புகளிலிருந்து வந்து கூடிநின்று கேட்பார்கள். அவளுடைய குரலில் தாங்க முடியாத, கிறிஸ்தவக் கீர்த்தனைகளுக்கே தேவையான சோக மொன்று இருந்தது! அந்தச் சோகத்தைப் பாடலின் எந்த அடிகளில் தூண்டிவிட்டு, உரத்த குரலோடு எழும்பிப் பாட வேண்டுமென்ற சூட்சுமத்தை அறிந்திருந்தாள்.

அவள் பாடுகிறதைக் கேட்டால் ஆடுகள் கூட்டமாகப் போகிறதும், கிறிஸ்துமஸ் அன்று ஒரு இரவு ஆராதனை முடித்து எல்லோரும் வீடுகளுக்குள் நுழைந்து கொண்ட பிற்பாடு, பனியால் மங்கலாக ஸ்டார்ச்லைட் வெளிச்சத்தில் தெரிகிற தெருவும் ஞாபகத்துக்கு வராமல் போகாது. இத்தனை சக்தியுள்ள குரலைப் பெற்றிருந்தவளுக்குப் படிப்பு வராமல்போன ஆச்சரியமும் என்னவென்று டாரதிக்குப் புரியவில்லை. எல். டி. எஸ். பீரியடில் டாரதி மிகுந்த உன்னத நிலையில் இருப்பாள். பெரியம்மாவின் பேரில் இருந்த சிறிது வெறுப்புக் கூட அப்போது இருக்காது. கிரேஸின் கீர்த்தனைகள் மனதை உயர்த்திவிடுகின்றன.

○○○

எல்லாவற்றையும் உய்விக்கிற மழைதான் 'ரெயினீஸ் ஐயர் தெரு'வைப் பெருமைப்படுத்துகிறது. டாரதி நினைத்தபடியே அன்று மழை வந்தது. மழையில் ரெயினீஸ் ஐயர் தெரு பார்க்க அழகாக இருந்தது. தெருவின் அமைதி மழையில் மேலும் பிரகாசமெய்தியது. மழை தெருவுக்குப் புது மணலைக் கொண்டு

வரும், எதிர்த்த இருதயத்து டீச்சர் வீட்டுக் கோழிகள் தங்களுடைய எளிய அலகுகளால் மண்ணைக் கிளறுகிற சந்தோஷத்தையும் மழைதான் தருகிறது. மழை எப்போதும் நல்லதே செய்யும் என்பதை ரெயினீஸ் ஐயர் தெருக்காரர்கள் நம்பினார்கள். இருதயத்து டீச்சர் இந்த மழைக்குப் பிறகு சேசய்யா திடீரென்று ஆச்சரியப்படத்தக்க விதமாய் குணமடைந்து விடுவானென்று நம்பினாள். அன்னமேரி டீச்சர் ஓட்டிலிருந்து இறங்கி வரும் தண்ணீரைப் பிடிக்கிறதுக்காக வரிசையாகப் பாத்திரங்களை, மழையில் நனைந்துகொண்டே வைத்தாள். சாம்ஸனுக்கும் மழையை வேடிக்கை பார்க்கிற மனம் இருந்தது. டாரதி, தாத்தாவின் கால்மாட்டில் கட்டிலில் உட்கார்ந்து கொண்டாள், மழையைப் பார்க்க.

ஆசீர்வாதம் பிள்ளையின் மனைவி ரெபேக்காள் மழைத் தண்ணீர் வீட்டுக்குள் வந்துவிடாதபடி பழைய சாக்குத் துண்டுகள் இரண்டை எடுத்து வாசல் நடையில் போட்டாள், மழையைப் பார்த்துக்கொண்டிருக்கும்போது எல்லோருடைய மனமும் கடவுள் தன்மையை அடைந்துவிடுகிறது. யாரும் யாருக்கும் தீங்கிழைக்க மாட்டார்கள்போலத் தோன்றுவார்கள் மழையின்போது.

●●●